Mời bạn học tiếng Việt
ベトナム語を学ぶ

細井佐和子 著

ARM
あるむ

はじめに

　ベトナムは，日本とはかなり近い距離にあり，歴史的・文化的にも深い関係を持っています。人々は親しみやすく，私たちが片言のベトナム語で買い物の駆け引きをすれば，周囲のベトナム人は大いに関心を持って加勢してくれます。また，繰り返し正しい発音と単語を教えてもくれます。うまく発音できた時の相手の満足した笑顔を見るのは，たいへん楽しい旅の一瞬です。

　ベトナム語の調子は美しいものです。けれども最初の課題は，日本語にはないその声調です。本書のCDによく耳をすませ，声に出して何回も練習して下さい。また，ベトナム語は中国文化の影響を強く受けているため，漢字を媒介として日本語との関連も深く，とても興味をもてる言葉です。ぜひ，辞書を引き漢字との関わりを知って語彙を増やして下さい。外国語を学ぶことは，日本語を学ぶことでもあります。本書が，単にベトナムを訪れるという楽しみだけでなく，その地を少しでも知りたいという方々のために役立ち，ひいては私たち自身の言葉のおもしろさやすばらしさの発見につながることになれば，望外の喜びです。

　本書の作成にあたり，長年の友人であるブー・ティ・ミン・チーさんが，ベトナム語全文の校閲と録音に全面的な協力をして下さいました。心から感謝いたします。また，出版にあたっては数多くの方々から直接間接に教えをいただきました。ここでお一人ずつお名前はあげませんが，深く御礼申し上げます。

　これまでベトナムに関心をもつ方々とともに勉強してきました。その一人が編集に携わる吉田玲子さんであったのが，本書を出版する契機でした。こちらの細かい注文に根気よくこたえていただき，深謝いたします。

　20数年前は，ベトナム語を学ぶ所も教材もほとんどありませんでした。ようやく入手したテープから聞こえた声調に共に当惑を覚え，それ以降，私がともかくも勉強を続けることを叱咤激励してくれた，夫の保に感謝の言葉を添えます。

　　　2001年6月

　　　　　　　　　　　　　　　　　　　　　　　　　　　　著　者

本書の使い方

　日本の若い女性の「萌」が，ベトナムを再訪するという設定です。旅行や日常の会話で必要な例文を通して，基礎的な文法を学びます。また，長文講読で，新聞や雑誌の大要がつかめるように構成しました。
　本書は，発音編・会話編・読解編の3部から成っています。

[1]　発音編

　よく聞くことが正しく発音することにつながります。毎回，まず発音編を一度練習しましょう。聞くことに集中できるよう，全編を通してカタカナによる読みはふってありません。

[2]　会話編

①本文はCDに標準よりやや遅い速度で（Bài 10までは2回目にごくゆっくりとした速度でも）録音してあります。発音やリズムをよく聞き取り発音しましょう。また，母音記号や発音記号に注意しつつ筆写すれば，一層早く言葉が身につきます。

②《語句》は，各課本文の新出単語の説明です。

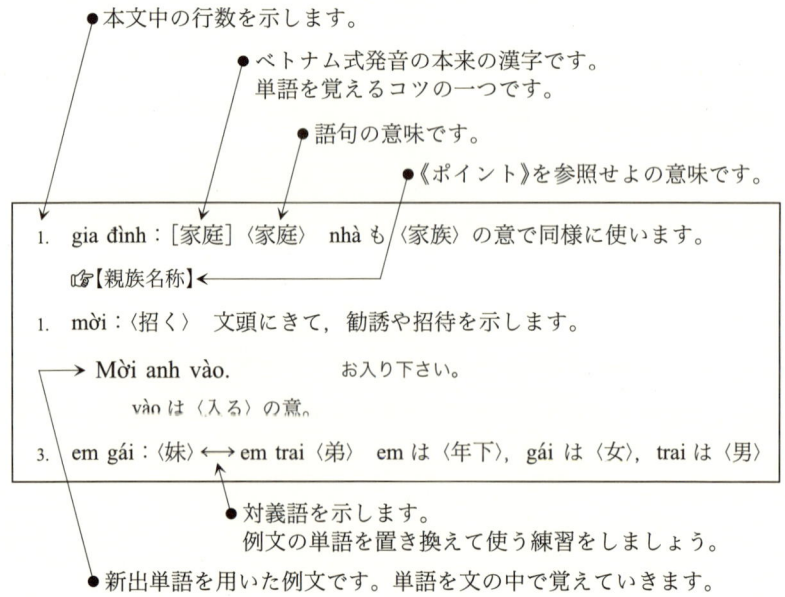

③《ポイント》では，各課の重要な項目を詳しく解説しています。
④練習問題は，CDに標準よりやや遅い速度で1回のみ録音してあります。各課の内容の確認と応用です。

[3]　読解編

　発音編・会話編の応用です。これまでの力だめしとして，挑戦して下さい。Bài 16「天候」の気温では，何度も数字がでてきて，聞き取りの練習ができます。またBài 18では，参考としてホー・チ・ミンの出身地であるゲアン方言による発音も収録してあります。二つの発音の違いを比較して下さい。

[4]　語彙索引の語順は，竹内与之助編『越日小辞典』を参考にしました。単語からより多くの文例にあたれるように，全ての単語の頁を記載してあります（ただし，人称代名詞，固有名詞，数字等は主要なもののみ）。

[付記]

　本書のCDのための録音は，2000年12月末にハノイで行いました。背景には街の騒音がかすかにまじっています。録音にあたっては，Thăng Long 大学教授 Huỳnh Mùi さんに便宜を図っていただき，以下の方々の協力を得ました。お名前を記して感謝の言葉を申しあげます。

　　Vũ Thị Minh Chi：社会学博士。Viện nghiên cứu con người 研究員
　　Nguyễn Thị Anh Đào：Hà Nội 国家大学講師
　　Trần Minh Tuấn：Thăng Long 大学講師
　　Trần Tuấn Toàn：Thăng Long 大学講師
　　Nguyễn Thị Thu Hà：Thăng Long 大学4年生日本語クラス
　　Nguyễn Thu Hiền：Thăng Long 大学4年生日本語クラス
　　Vũ Hồ：Quân đội Nhân Dân 紙の元記者，編集委員。Vũ Thị Minh Chi さんの厳父。ゲアン省出身の方ですので，今回ご好意によりゲアン方言で録音していただきました。

※本書添付のCDとは別に，会話編の例文も全て収録したCD（2枚組1500円，税・送料込み）も用意いたしました。ご希望の方は直接小社までお申し込み下さい。

　㈱あるむ　TEL: 052-332-0861　FAX: 052-332-0862　E-mail: arm@a.email.ne.jp

目　次

《発音編》 .... 1　　1-7

《会話編》 13

Bài 1　Chị là ai? .... 14　　8-9
　　　　あなたはどなたですか

　　　　あいさつ　16　　一人称・二人称　16　　命令形Ⅰ　16

Bài 2　Anh ấy là người Nhật Bản. .... 18　　10-11
　　　　彼は日本人です

　　　　疑問文 có ... không?　20　　付加疑問文 ... phải không?　20
　　　　三人称　20　　này, đó/ấy, kia　21　　của の用い方　22
　　　　形容詞文　22　　国名　22

Bài 3　Đây là ảnh gia đình tôi. .... 24　　12-13
　　　　これは私の家族の写真です

　　　　đây, đấy/đó, kia　27　　疑問文 đã ... chưa?　28
　　　　疑問文 có phải ... không?　28　　ở の使い方　29
　　　　親族名称　30

Bài 4　Lâu lắm mới lại gặp chị! .... 32　　14-15
　　　　久しぶりですね

　　　　quá, lắm, rất　37　　lại の使い方　37　　一人称の複数形　38
　　　　bao giờ の使い方　38　　数字Ⅰ　39　　日・月・年の言い方　39

Bài 5　Quả này tiếng Việt gọi là gì? .... 42　　16-17
　　　　この果物はベトナム語で何と言いますか

　　　　類別詞　47　　類別詞の特徴　48　　味覚を示す言葉　49
　　　　高さ重さなどの言い方　49　　値段の言い方　50　　数字Ⅱ　51

iv

| Bài 6 | Bây giờ là mấy giờ? | 54 | 18-19 |

今何時ですか

bị, được の使い方 58　　天気の言い方 59　　時間の言い方 60
方向動詞 61　　比較級・最上級 61

| Bài 7 | Tôi muốn uống nước mía hay cà-phê đá. | 64 | 20-21 |

私はさとうきびジュースかアイスコーヒーが飲みたい

感覚を示す言葉 67　　飲み物の種類 68　　hay と hoặc 68
仮定法 70

| Bài 8 | Tôi tự học ở nhà. | 72 | 22-23 |

私は家でひとりで勉強しています

人称の使い方 77　　否定文の中の疑問詞 77
反語的な使い方 78　　時制を示す言葉 79　　年齢の聞き方 80

| Bài 9 | Hỏi đường. | 82 | 24-25 |

道をたずねる

疑問文の中の疑問詞 86　　方向・方位を示す言葉 86

| Bài 10 | Chuyện cười. | 88 | 26-27 |

笑い話

感嘆詞 92　　mới の使い方 92　　使役動詞 93　　命令形Ⅱ 94

| Bài 11 | Tại một nhà thờ đạo Bác ái. | 96 | 28-29 |

バックアイ教の礼拝堂にて

位置を示す言葉 100　　語気詞 102　　曜日の言い方 102

| Bài 12 | Bị bệnh. | 104 | 30-31 |

病気になる

病気・けがの言い方 108　　果物 109
同情・感情を示す言葉 110

Bài 13　Ở Việt Nam khi ăn mừng thì người ta làm cỗ gì? .... 112　32-33
　　　　ベトナムではお祝いの時，どんな御馳走を作りますか

　　　身につけるものの言い方　116　　食卓用品　118
　　　tết・祝日・記念日　118　　色　120

Bài 14　Tôi muốn gọi điện thoại đi Huế. .... 122　34-35
　　　　私はフエに電話をかけたい

　　　状態の変化を示す ra, lên, đi　127　　結果を示す動詞 ra, thấy　127
　　　電話の用語　128

Bài 15　Tôi phải làm thế nào để giỏi tiếng Việt? .... 132　36-37
　　　　どうしたらベトナム語が上手になるでしょう

　　　không những ～ mà còn … の使い方　136　　注意すべき表現法　136

《読解編》 139

Bài 16　Thời tiết. .... 140　38-39
　　　　天候

Bài 17　Phan Bội Châu. .... 146　40
　　　　ファン・ボイ・チャウ

Bài 18　Bài nói chuyện của Chủ tịch Hồ Chí Minh. .... 150　41
　　　　ホー・チ・ミンの講話

　　　練習問題解答 155
　　　参考文献 161
　　　語彙索引 163

　　　コラム　ベトナム人の姓名　21　　十二支（干支）　36
　　　　　　　多民族国家ベトナム　63　　お酒　69　　蓮の花　117
　　　　　　　ベトナムの文字　131　　ことわざ　145

発音編
Phát âm

ベトナム語には発音記号がありません。書かれてある文字の通りに読めばいいのですから英語などよりずっと簡単です。ベトナム語には主に三つの方言（北部方言・中部方言・南部方言）があり，本書での発音の仕方は北部方言に従っています。北部方言と南部方言のどちらを学んでも，ベトナムでは通用します。中部方言は北・南部方言のようには通用しませんし，日本ではあまり学ぶ所もありません。

《1》 文字

文字はアルファベットを用います。ベトナム語の母音字母と複合字母を含むアルファベットを一覧にすると下のようになります。このうち Đ (đ) はベトナム語独自の文字です。

A	Ă	Â	B	C	CH	D	Đ	E	Ê
a	ă	â	b	c	ch	d	đ	e	ê

G [GH]	GI	H	I	K	KH	L	M	N
g [gh]	gi	h	i	k	kh	l	m	n

NG [NGH]	NH	O	Ô	Ơ	P	PH	Q
ng [ngh]	nh	o	ô	ơ	p	ph	q

R	S	T	TH	TR	U	Ư	V	X	Y
r	s	t	th	tr	u	ư	v	x	y

《2》声調

① 声調は六つです。南部と中部では，六声調を北部ほど厳密には区別しません。
② aの上下にあるそれぞれの印が声調記号です。Thanh ngang にはありません。
③ 声調の順番は中国語のように決まっているわけではありません。並べ方は本や著者によって異なります。

1)) 〈Thanh điệu〉

Thanh ngang : a　普段の声より高い声から始めて，そのまま伸ばします。ドレミ……の「ソ」の音を目安にして下さい。

Thanh huyền : à　普段の声よりやや低い音から始めて，さらに低く下げます。

Thanh sắc : á　普段の声より少し高い音から始めて，急に上げます。

Thanh hỏi : ả　普段の声の高さの音から始めてゆっくり下げ，最後に少し高く上げます。

Thanh ngã : ã　普段の声の高さの音から始めて，急速に下げてすぐに喉を閉め，もう一度急速に高く上げて止めます。

Thanh nặng : ạ　普段の声よりやや低い音から始めて，急速に下げて短く止めます。

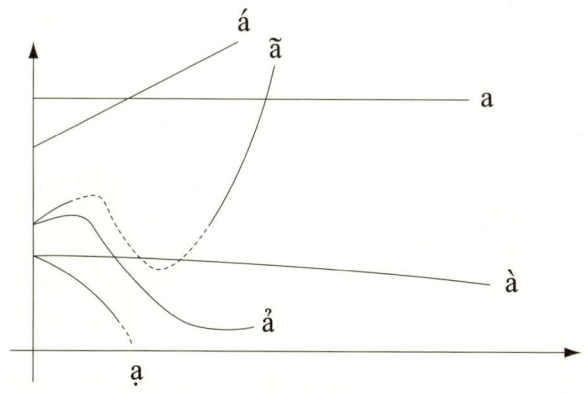

《3》母音

(1) 単母音

文字は12ありますが，iとyは同音ですので母音は11になります。そのうち，長母音が9，短母音が2です。

a：口を大きくあけ，日本語のアを発音するよりも口の奥から出します。
ă：aと同音です。(短母音なのでthanh sắcで発音練習します)
o：口を大きくあけ，日本語のオを発音するよりも口の奥から出します。
ô：唇を丸めてややつきだし，オを発音します。
ơ：日本語のアの口でオを発音します。あいまいな音です。
â：ơと同音です。(短母音なのでthanh sắcで発音練習します)
u：唇を丸めて強くつきだし，ウを発音します。
ư：唇を強く左右に引いてウを発音します。
i [y]：唇を強く左右に引いてイを発音します。
e：口を大きくあけ，日本語のエを発音するよりも長く発音します。
ê：口は小さく，日本語のエに近い発音をします。

◎ 母音記号：3種あります。
 [˘]：短い母音。ăだけです。
 [^]：狭い母音。
 [ʼ]：唇を丸くしません。

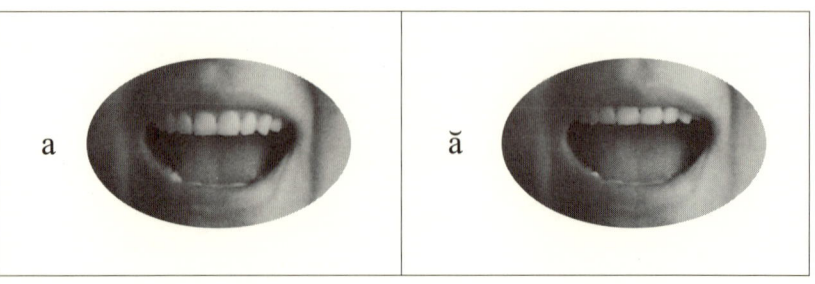

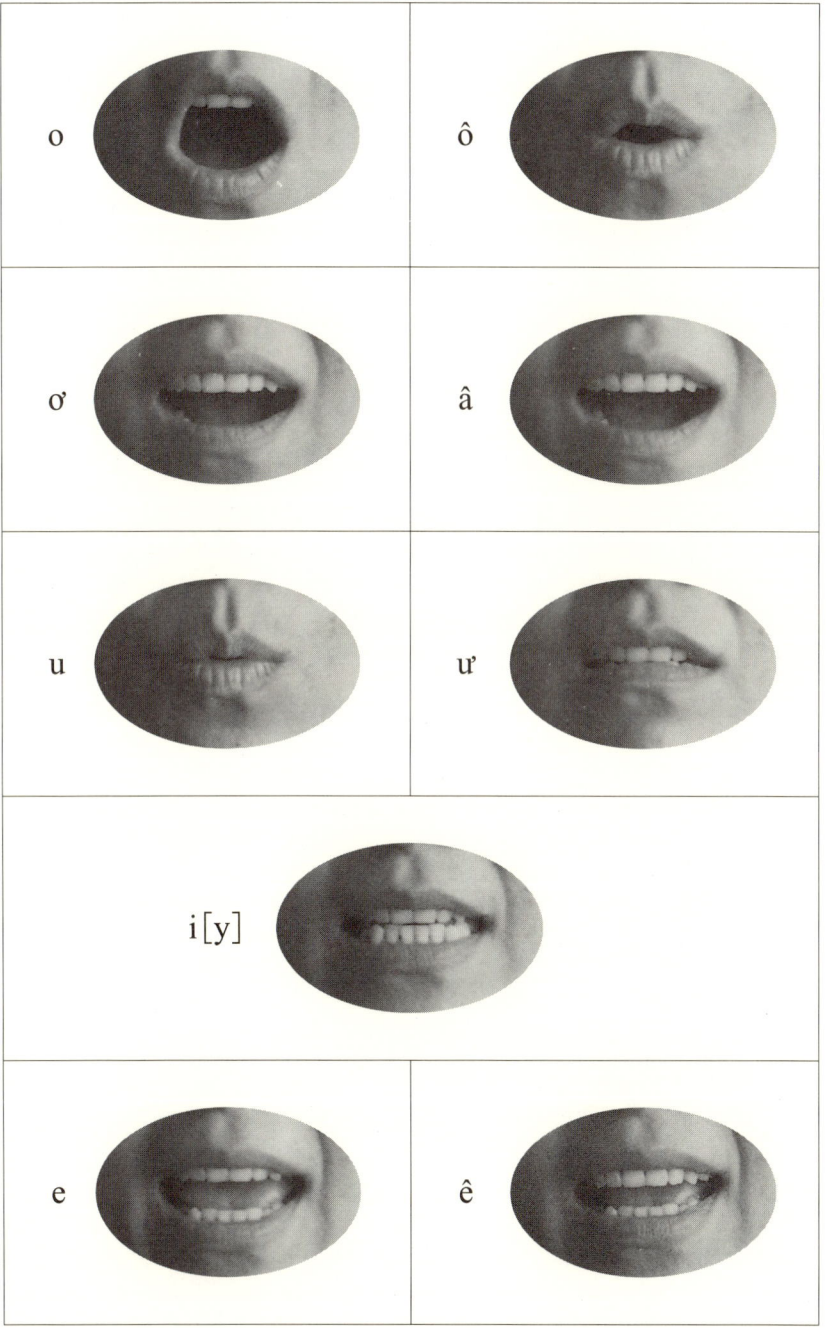

(2) 二重母音

ia, ưa, ua の3種あります。後に末子音が付く場合には，発音と書き方が変わります。

ia ：i を日本語のイより強く唇を左右に引いて長めに発音し，
 a はあいまいに。
 đĩa〈皿〉 mía〈サトウキビ〉

ưa ：ư を日本語のウより強く唇を左右に引いて長めに発音し，
 a はあいまいに。
 dừa〈ココナツ〉 sữa〈乳〉

ua ：u を日本語のウより丸く唇を突き出して長めに発音し，
 a はあいまいに。
 cua〈蟹〉 lụa〈絹〉

※後に子音が付く場合

iê- ：i を日本語のイより強く唇を左右に引いて長めに発音し，
 ê はあいまいに。
 điểm〈点〉 miến〈はるさめ〉

ươ- ：ư を日本語のウより強く唇を左右に引いて長めに発音し，
 ơ はあいまいに。
 gươm〈剣〉 lươn〈鰻〉

uô- ：u を日本語のウより丸く唇を突き出して長めに発音し，
 ô はあいまいに。
 cuốn〈巻〉 tuổi〈歳〉

【注意】
二重母音から始まる単語の場合，iê- だけは，yê- と綴り方が変わります。
 yên〈サドル〉

(3) 介母音

頭子音と主母音の間にあり，素早く発音します。書き方は2種あります。

◎ 主母音が a, ă, e の時は o
　　loa〈ラッパ〉　hoặc〈あるいは〉　toe〈汽笛〉

◎ 主母音が â, ê, y, ơ の時は u
　　luật〈法律〉　thuế〈税〉　tụy〈すい臓〉　thuở〈時期〉

【注意】 q- は例外です。頭子音 q- 参照のこと。

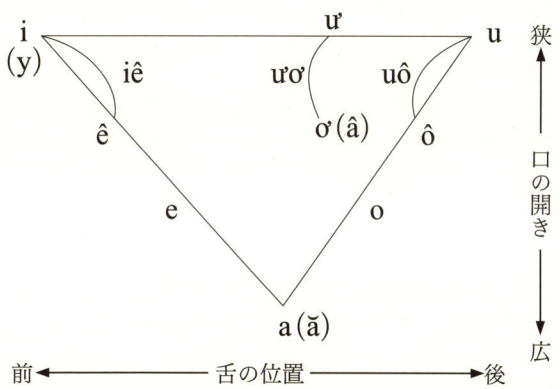

《4》子音

文字は25ありますが，c, k, qu は同音です。また北部方言では ch＝tr, d＝gi＝r, s＝x と同音で発音します（CD では 2 回目に発音しています）。

5))) (1) 頭子音

基本的に日本語で発音するより出だしを強くして発音します。

b- ： ba ba〈すっぽん〉 bà〈祖母〉

c- ： cà〈茄子〉 cô〈叔母〉
　　　c- 音で，後につく音が母音 i, ê, e, 二重母音 ia (ie-) 以外の場合に書きます。

ch- ： chi〈枝〉 chợ〈市場〉

d- ： da〈革〉 dự〈出席する〉

đ- ： đá〈石〉 đu đủ〈パパイヤ〉

g- [gh-] ： gỗ〈木材〉 ghi〈記入する〉
　　　①喉をふるわせて発音します。
　　　②後につく母音が i, ê, e の場合は，gh- と書きます。

gi- ： giờ〈時〉 gì〈何〉
　　　① d- と同音です。　②gii とは書きません。

h- ： hè〈夏〉 hổ〈虎〉

k- ： kê〈粟〉 kia〈あれ〉
　　　c- 音で，後につく音が母音 i, ê, e, 二重母音 ia (iê-) の場合に書きます。

kh- ： khá〈かなり〉 khi〈…の時〉
　　　喉から強く出します。「頭にカッと血が昇る」の「カッ」のように発音するとよいでしょう。

l- ： lá〈葉〉 lẽ〈理由〉
　　　舌先を上の歯茎につけます。

m- : mẹ〈母〉　mũ〈帽子〉

n- : na〈釈迦頭〉　nó〈それ〉

ng- [ngh-] : ngô〈トウモロコシ〉　nghe〈聞く〉
① ng- は「鏡」の「が」のような「が」行を発音するとよいでしょう。
② ngh- は後につく母音が i, ê, e の場合に書きます。

nh- : nho〈ぶどう〉　nhu〈柔らかい〉

p- : pô〈フィルムの〉〈コマ〉
p- はほとんどが外来語に使われています。

ph- : phố〈通り〉　phở〈ベトナムの麺料理〉
下唇を上の歯で軽く噛んで発音します。

q- : quả〈果物〉　quê〈田舎〉
c- 音で, 後につく母音が介母音の場合に書きます。常に qu- の形です。

r- : rẻ〈安い〉　rõ〈明確な〉
① 北部方言では d-, gi- と同音です。
② 外来語に使う場合, 発音は異なります。ra-đi-ô〈ラジオ〉cà-rốt〈人参〉

s- : sẻ〈雀〉　số〈数〉
北部方言では x- と同音です。

t- : to〈大きい〉　tủ〈戸棚〉
息が外に出ないように発音します。（無気音）

th- : thẻ〈札〉　thi〈試験〉
息が外に出るように発音し,「切った」の「た」の音に似ています。（有気音）

tr- : trở〈戻る〉　trẻ〈若い〉
北部方言では ch- と同音です。

v- : vé〈切符〉　vở〈ノート〉
下唇を上の歯で軽く噛んで発音します。

x- : xã〈社〉〈ベトナムの村〉　xe〈車〉

6 📣 (2) 末子音

-c ： bạc〈銀〉　sắc〈鋭い〉　tóc〈髪〉

　　喉で息を止めて，声は出しません。「筆記」の「っ」のように発音するとよいでしょう。tóc の発音については ☞【注意】

-ng： giảng〈説明する〉　cuông〈農奴〉　lòng〈心〉

　　舌を奥で低くして，息を鼻から抜きます。「全額」の「が」のように発音するとよいでしょう。lòng の発音については ☞【注意】

-n ： in〈印刷する〉　sen〈蓮〉

　　舌先を上の歯茎につけて止め，息を鼻から抜きます。「館内」の「な」のように発音するとよいでしょう。

-t ： rét〈寒い〉　vịt〈アヒル〉

　　舌先を上の歯茎につけてとめ，声は出しません。「筆頭」の「っ」のように発音するとよいでしょう。

-nh： hình〈形〉　mạnh〈健康な〉

　　①唇を左右に強くひき，息を鼻から抜きます。「専任」の「に」のように発音するとよいでしょう。
　　②母音が i, ê, e の場合につきますが，enh は anh と書きます。
　　③北部方言では母音の後に末子音の i 音がはいります。

-m ： kim〈針〉　tôm〈海老〉

　　唇をとじて息を鼻から抜きます。「専門」の「も」のように発音するとよいでしょう。

-p ： dép〈サンダル〉　hộp〈箱〉

　　唇をとじて止め，声を出しません。「筆法」の「っ」のように発音するとよいでしょう。

-o, -u ： báo〈新聞〉　trâu〈水牛〉　sau〈後〉

　　①母音 u と同音でやや弱く短く発音します。
　　② a, e の後では o を，それ以外の母音と二重母音 iê-, ươ- の後では u を書きます。短母音の ă は a と書きます。
　　③北部方言では ưu, ươu の ư は末子音の i 音で発音されることもあります。

-i, -y : chạy〈走る〉　chơi〈遊ぶ〉　may〈幸運な〉　mai〈明日〉
　　①母音iと同音でやや弱く短く発音します。
　　②â, ăの後ではyを，それ以外の母音の後ではiを書きます。
　　　短母音のăはaと書きます。

-ch : sách〈本〉　ếch〈蛙〉　tách〈カップ〉
　　①唇を左右に強くひき，声を出しません。
　　②母音がi, ê, eの場合につきますが，echはachと書きます。
　　③北部方言では，母音の後に末子音のi音がはいります。

【注意】
-cと-ngは，母音o, ô, uの後に付く場合は，発音のあと唇を閉じます。
　tóc　lúc〈時〉　không〈〜でない〉　cũng〈〜も〉

聞いてくりかえし発音しましょう

Bài tập 1.

(1) i ê e ia

(2) bi bì bê bề be bè bia bìa

(3) ư ơ ưa a

(4) sứ sự sớ sợ sứa sựa sá sạ

(5) u ô o ua

(6) củ cũ cổ cỗ cỏ cõ của cũa

(7) nam năm nói nối quen quên

(8) mua mưa muộn mượn

(9) gàn gần ghé ghế ngo ngô nghi nghĩa

(10) đoa hoa cua qua

Bài tập 2.

(1) tía tiên tiết

(2) bướm vườn cuôn cuông

(3) cuốc quốc cước

(4) lưu mưu cừu rượu

(5) dân dan danh dang

(6) các cách khác khách

(7) tư thư tín thín thính

(8) hai hay phai phay phây vai vay vây

(9) lúc lóc lốc luốc

(10) công gông không

(11) khuya khuyên nguyên nguyễn

会話編
Hội thoại

Bài 1 | Chị là ai?
あなたはどなたですか

Moe　　　　: Chào ông.
Ông Châu : Chào chị.
Moe　　　　: Tôi tìm anh Hùng.
Ông Châu : Chị là ai?
Moe　　　　: Tôi là Moe.
Ông Châu : Chị chờ một chút.

　　　　萌　　　：こんにちは。
　　　　チャウ氏：こんにちは。
　　　　萌　　　：フンさんをお願いします。
　　　　チャウ氏：あなたはどなたですか。
　　　　萌　　　：萌といいます。
　　　　チャウ氏：少しお待ち下さい。

《語句》

0. bài：〈課〉 「bài＋数字」で〈第〜課〉となります。
0. 1：một と読みます。数字については，後にまとめて勉強します。
   ☞ Bài 4【数字Ⅰ】，Bài 5【数字Ⅱ】
1. chào：〈あいさつする〉 ☞【あいさつ】
1. ông：〈あなた〉 年齢や社会的地位が高い男性などに対して使います。本来は〈祖父〉の意。☞【一人称・二人称】
2. Châu：［珠］ 人名です。☞【一人称・二人称】
2. chị：〈あなた〉 若い女性，同世代の女性などに対して使います。本来は〈姉〉の意。☞【一人称・二人称】
3. tôi：〈私〉 最も一般的な言い方です。☞【一人称・二人称】
3. tìm：〈探す〉〈たずねる〉 「会いたいのですが」という気持ちです。
3. anh：〈あなた〉 若い男性，同世代の男性などに対して使います。本来は〈兄〉の意。☞【一人称・二人称】
3. Hùng：［雄］ 人名です。☞【一人称・二人称】
4. là：主語（主部）と述語（述部）が等しいという意を示します。
4. ai：〈誰〉 疑問詞です。
6. chờ：〈待つ〉 đợi も同じ意。☞【命令形Ⅰ】
6. một chút：〈少し〉 một tí も同じ意です。

《ポイント》

【あいさつ】

　ベトナムでは，通常の出会いでは日本ほど改まってあいさつしていないようですが，初対面の時，外国人にあった時などにはやはり「Chào ＋二人称」からはじめます。
　あいさつは「Chào ＋二人称」でいつでもどこでも使えます。場合に応じて，「おはよう」「こんばんは」「さようなら」……と訳して下さい。もっと丁寧に xin を文頭につけることもできます。

【一人称・二人称】

１）一人称にはたくさんの言い方があり，自分と相手との関係によってかえますが，外国人である私たちはまず tôi を覚えましょう。また，一人称複数形には chúng tôi (話し手の側のみをさし，聞き手を含みません) と chúng ta (話し手の側と聞き手を含みます) があります。☞ Bài 4【一人称の複数形】

２）二人称も，男女や年齢，社会的地位などで呼び方がかわります。たくさんありますが，主なものは，年配の人や目上の人に敬意を払って使う ông と bà (祖母)，同年配の人や友人，若い人に使う anh と chị です。性別を問わず，親しい人に bạn (友達)，自分の弟・妹ぐらいの年齢の親しい人へは em を使います。

３）二人称の後に名前をおいて「～さん」と訳します。ベトナムでは相手を名前で呼ぶのが普通です。anh Hùng, ông Châu のように二人称をつけて「～さん」と呼びかけます。親しくなった同年輩や年下の人には，名前だけでもかまいません。ベトナム人の姓名については次の課で勉強します。

４）二人称複数形は それぞれの二人称の前に các をつけます。

【命令形Ⅰ】

　「二人称主語＋動詞」もしくは動詞のみで命令形を示します。

　　　Đọc bài tập.　　　　　　　練習問題を読みなさい。
　　　　đọc は〈読む〉，bài tập は〈練習問題〉の意。

読んで訳しましょう ....•

Bài tập 1.

   (1) (a) – Chào anh.

      (b) – Chào chị.

   (2) (a) – Chào các bạn.

      (b) – Chào các anh, chào chị.

   (3) (a) – Xin chào thầy.

      (b) – Chào các em.

        (3) thầy：〈先生〉。男性の教師（thầy giáo）に使います。
           先生は，生徒や学生に em を使います。

Bài tập 2.

   (1) – Ai chờ anh Minh?

   (2) – Moe chờ ai?

   (3) – Anh Minh là ai?

      (1)　Minh：[明]　人名です。

Chào mừng thế kỷ 21
21世紀を祝う垂幕

Bài 2 | Anh ấy là người Nhật Bản.
彼は日本人です

Hải : Chị có biết người kia không?
Moe : Có chứ! Anh ấy là bạn của tôi.
Hải : Anh ấy tên là gì?
Moe : Là Mizuno.
Hải : Anh Mizuno cũng là người Nhật Bản, phải không?
Moe : Dạ, vâng.
Hải : Anh ấy cao quá!

　　ハーイ：あの人を知っていますか。
　　萌　　：もちろん。友達です。
　　ハーイ：彼の名前は何といいますか。
　　萌　　：水野さんです。
　　ハーイ：水野さんも日本人ですか。
　　萌　　：そうです。
　　ハーイ：背が高いですね。

《語句》

0.　2：hai と読みます。
1. Hải：［海］　人名です。☞【ベトナム人の姓名】
1. có … không？：〈…ですか〉〈…しますか〉　一般的な疑問文です。☞【疑問文 có … không？】
1. biết：〈知る〉〈知っている〉
1. người：〈人〉　「người ＋国名」で〈その国の人〉〈～人〉の意です。
1. kia：〈あの〉　người kia は〈あの人〉と訳します。ベトナム語では修飾語は

18

被修飾語の後にきます。☞【này, đó / ấy, kia】
2. có：〈はい〉　肯定の返事です。☞【疑問文 có ... không?】
2. chứ：〈もちろんですとも〉　文末につけて肯定を強調する語句です。
2. anh ấy：〈彼〉　☞【三人称】
2. bạn：〈友達〉　人称代名詞としても使います。☞ Bài 1【一人称・二人称】
2. của ...：〈…の〉　所属を表します。☞【của の用い方】
3. tên：〈名前〉　姓は họ です。☞【ベトナム人の姓名】
3. gì：〈何〉　疑問詞です。

  Chị tên là gì?　　　　　　　あなたの名前は何ですか。
  Tôi tên là Ikeda.　　　　　　私の名前は池田です。

日本では一般的には名字（姓）で呼びあうと考えて、ここでは名字で答えました。もちろん、名前を言ってもかまいません。

5. cũng ...：〈…もまた〉　主語の後につきます。

  Tên tôi cũng là Hoa.　　　　私の名前もホアです。
   Hoa は［花］のベトナム式発音。女性名です。

名前の名乗り方は、① Tôi tên là.... ② Tên tôi là.... を使います。①は「私は名前は…」という言い方で、②は Tên của tôi の của が省略されている形で「私の名前は…」という言い方になります。

5. Nhật Bản：［日本］〈日本〉　Nhật と略しても言います。☞【国名】
5. ... phải không?：〈…ですね〉〈…ですか〉　付加疑問文を作ります。
  ☞【付加疑問文 ... phải không?】
6. dạ：応答の際に用います。丁寧語で、肯定否定とも使用できます。
6. vâng：〈はい〉　肯定の返事の場合に使います。丁寧な言い方です。否定の返事の場合は không を使います。
7. cao：［高］〈高い〉 ⟷ thấp〈低い〉　☞【形容詞文】
7. quá：［過］〈とても〉〈非常に〉　感情を強く表すように表現しましょう。

  Chị mệt, phải không?　　　　疲れましたか。
   mệt は〈疲れた〉の意。

  Vâng, mệt quá!　　　　　　ええ、とても疲れました。

《ポイント》

【疑問文 có … không?】

có … không? は，動詞や形容詞を含む述部を挟んで用いる一般的な疑問文です。có が省略されることもあります。肯定の返事は，vâng (có)，否定は không といいます。

  Anh có biết chị Hoa không? ホアさんをご存知ですか。
  Vâng (Có), tôi biết.   はい，知っています。
  Không, tôi không biết.   いいえ，知りません。

動詞の否定形は「không＋動詞」です。

【付加疑問文 … phải không?】

phải không? は，全ての平叙文につけることができます。phải には〈正しい〉の意があり，前の文章の内容が正しいですかと聞いているのです。肯定の返事は，vâng (phải は親しい言い方)，否定は không を使います。

  Chị tìm anh Hùng, phải không? あなたはフンさんをお探しですか。
  Vâng (Phải), tôi tìm anh ấy.   はい，私は彼を探しています。
  Không, tôi không tìm anh ấy.   いいえ，私は彼を探してはいません。

【三人称】

二人称に ấy を加えると三人称（彼，彼女）になります。複数形には các をつけます。

  anh / chị → anh ấy / chị ấy các anh / các chị → các anh ấy / các chị ấy
  ông / bà → ông ấy / bà ấy   các ông / các bà → các ông ấy / các bà ấy

三人称複数形の代名詞 họ（彼ら）もあります。

【 này, đó/ấy, kia 】

1）này は話している人に近いものをさします。

  Bài tập này dễ quá!　　　　この練習問題はとても易しい。
   dễ は〈易しい〉の意，対義語は khó〈難しい〉。

2）đó は話している人に遠く，聞いている人に近いものをさします。ấy も同じ意です。

  Người đó là người Nhật, phải không?　　その方は日本人ですか。

3）kia は話している人と聞いている人の両方から遠いものをさします。

  Xe ô-tô kia rất đắt.　　　　あの車はとても（値段が）高い。
   xe ô-tô は〈自動車〉，rất は〈非常に〉の意。đắt は〈値段が高い〉の意で，対義語は rẻ〈安い〉。

 **ベトナム人の姓名**

ベトナム独立の父 Hồ Chí Minh でいえば，姓 (họ) が Hồ で Chí Minh が名 (tên)。Chí はミドルネームです。漢字では「胡志明」と書きます。ベトナム人の姓名は漢字の音から受け継いだ伝統的な名前がつけられるのが一般的です。

Nguyễn［阮］はベトナムで最も多い姓といわれています。結婚によって姓を変えることはありません。また，姓は普通は一字ですが，名の方は二字以上持つ人も多く，私の友人で四字の名を持っている人もいます。男性は文武に優れることを，女性は美しさや優しさ，賢さを願った名が好まれるらしく，音の響きも重要のようです。

【của の用い方】

所属関係が明白な場合は của を省略することができます。本文の Anh ấy là bạn của tôi. は bạn tôi と言うことができます。

Xe máy kia là của tôi.　　あのオートバイは私のです。
　xe máy は〈オートバイ〉の意。của tôi は xe máy của tôi の意で，xe máy が省略されているため〈私のもの〉の意になります。

【形容詞文】

形容詞文は「主語＋形容詞」で，là や動詞は必要ありません。否定形は「主語＋ không ＋形容詞」です。疑問文は「 có ＋形容詞＋ không？」です。

Moe có cao không?
萌は背が高いですか。

Vâng, chị ấy rất cao.
はい，彼女はとても背が高いです。

Không, chị ấy không cao. Chị ấy thấp.
いいえ，彼女は背が高くありません。彼女は背が低いです。

【国名】

以下は，ベトナムの歴史でたびたび登場する国です。人名・国名は大文字を使います。ベトナムにいらっしゃったら，ぜひ世界地図を買い物の中に加えて下さい。よい勉強ができます。

　　Việt Nam〈ベトナム〉　Cam-pu-chia〈カンボジア〉　Lào〈ラオス〉
　　Thái Lan〈タイ〉　Trung Quốc〈中国〉　Đại Hàn, Hàn Quốc〈韓国〉
　　Nhật Bản〈日本〉　Pháp〈フランス〉　Mỹ, Hoa Kỳ〈アメリカ〉
　　Nga〈ロシア〉（Liên Xô〈ソ連〉）　　Đức〈ドイツ〉

読んで訳しましょう

Bài tập 1.

   (1) – Chị tên là gì?

   (2) – Tôi tên là Hà.

   (3) – Từ Hà nghĩa là gì?

   (4) – Nghĩa là sông.

   (5) – Họ của chị là gì?

   (6) – Họ tôi là Nguyễn, Nguyễn Bích Hà.

     (2) Hà：［河］〈川〉
     (3) từ：〈詞〉〈言葉〉
        nghĩa：〈意味〉
     (4) sông：〈川〉〈河〉
     (6) Bích：［碧］　Nguyễn Bích Hà は，漢字で「阮碧河」と書けます。とても美しい名前ですね。

Bài tập 2.

   (1) – Các ông là người Trung Quốc, phải không?

   (2) – Không.

   (3) – Các ông từ nước nào đến?

   (4) – Chúng tôi từ Nhật Bản đến.

     (1) ベトナム語では，主語が単数でも複数でも，どの人称でも là や動詞は変化しません。他の品詞も同様に変化しません。覚えるときにはとても助かります。
     (3) từ ...：〈…から〉
        nước：〈国〉
        nào：〈どの〉〈いずれの〉　選択する場合の疑問詞です。
        đến：〈来る〉〈達する〉
           Tôi từ Anh đến, còn anh?
           私はイギリスから来ました，ところであなたの方は。
        Anh は〈イギリス〉。còn は〈それで～の方は〉の意で，対比を示す時に使います。còn anh? は，còn anh từ nước nào đến?（それであなたの方はどの国から来たのですか）の略です。
           Tôi là người Việt Nam còn chị ấy là người Đại Hàn.
           私はベトナム人ですが，彼女は韓国人です。

Bài 3 — Đây là ảnh gia đình tôi.

これは私の家族の写真です

Dũng : Đây là ảnh gia đình tôi. Mời chị xem.
Moe : Ảnh đẹp quá! Ai đây?
Dũng : Đây là Lan, em gái tôi.
Moe : Chị Lan đã lấy chồng chưa?
Dũng : Rồi. Ở bên cạnh là chồng em tôi.
Moe : Chị Lan làm gì?
Dũng : Em tôi làm việc ở khách sạn.
Moe : Đây có phải là con của chị Lan không?
Dũng : Đúng đấy.
Moe : Thế còn đây? Chắc bố mẹ của anh.
Dũng : Dạ, đúng. Bố tôi là công nhân đã về hưu.
　　　　Và người ngồi cạnh mẹ là bà nội tôi đấy.

ズン：これは私の家族の写真です。見て下さい。
萌　：きれいな写真ですね。この方はどなたですか。
ズン：これは妹のランです。
萌　：ランさんは結婚なさっていますか。
ズン：しています。隣にいるのが妹の夫です。
萌　：ランさんのお仕事は何ですか。
ズン：ホテルで働いています。
萌　：こちらはランさんの子供ですか。
ズン：そうです。
萌　：ところで，こちらは。たぶんあなたのご両親でしょうね。
ズン：はい，父は労働者でしたが，すでに退職しました。
　　　そして，母の隣に座っているのが父方の祖母ですよ。

《語句》

0. 3：ba と読みます。
1. Dũng：［勇］ 人名です。
1. đây：〈ここ〉〈こちら〉 近くの場所をさします。主語の場合は〈これ〉の意。文末に置く場合は強調を示します。☞【đây, đấy / đó, kia】
1. ảnh：［影］〈写真〉 南・中部では hình と言います。この本では北部方言を勉強していますが，南部で主に使われる単語のうち，旅行などで使用される頻度の高い単語も少しとりあげたいと思います。〈カメラ〉は máy ảnh（máy は〈機械〉の意）ですが，南・中部では máy hình と言います。
1. gia đình：［家庭］〈家庭〉 nhà も〈家族〉の意で同様に使います。
☞【親族名称】
1. mời：〈招く〉 文頭にきて，勧誘や招待を示します。

　　　　Mời anh vào.　　　　お入り下さい。
　　　　　　vào は〈入る〉の意。

　　　　Xin mời.　　　　どうぞ（どうぞ〜してくださいの略）。

1. xem：〈見る〉
2. đẹp：〈美しい〉〈すばらしい〉 形や性質のよさを讃えます。
3. Lan：［蘭］ 人名です。
3. em gái：〈妹〉⟷ em trai〈弟〉 em は〈年下〉，gái は〈女〉，trai は〈男〉
☞【親族名称】
4. đã ... chưa？：〈もう…したか〉 ☞【疑問文 đã ... chưa？】
4. lấy：〈取る〉
4. chồng：〈夫〉⟷ vợ〈妻〉 lấy chồng（vợ）で〈結婚する〉となります。
5. rồi：〈はい〉 本来は〈〜した〉で完了を示します。☞【疑問文 đã ... chưa？】
5. ở ...：〈…にいる〉 ☞【ở の使い方】
5. bên cạnh：bên は〈側〉，cạnh は〈隣〉。bên cạnh で〈隣側〉〈隣〉の意となります。
6. làm：〈する〉〈行う〉 ここでは職業をきいています。

7. việc：〈職業〉〈仕事〉　nghề も同じ意。làm việc で〈働く〉〈勤める〉の意。

  Anh làm việc gì?　　　　　何の仕事をしていますか。

làm nghề gì? や làm gì? も職業をたずねる場合に使います。

  Tôi làm nghề xây dựng.　　建設の仕事をしています。
   xây dựng は〈建築する〉〈建てる〉の意。

  Tôi là thương gia.　　　　ビジネスマンです。
   thương gia は〈商人〉〈実業家〉などの意。

7. ở：〈～で〉〈～に〉　☞【ở の使い方】

7. khách sạn：〈ホテル〉　英語の hotel もかなり使用されています。

8. ～ có phải ... không?：〈～は…ですか〉　☞【疑問文 có phải ... không?】

8. con：〈子供〉　☞【親族名称】

9. đúng：〈正しい〉〈そのとおり〉

9. đấy：〈そこ〉　話し手より離れていて，聞き手に近い場所をさします。主語の場合は〈それ〉の意。文末に置く場合は強調を示します。
 ☞【đây, đấy/đó, kia】

10. thế：〈では〉〈それでは〉

10. còn：〈それで～の方は〉〈一方～のは〉　対比を示す時に使います。

10. chắc ...：〈たぶん…だろう〉

  Chắc anh tôi biết bạn trai tôi.　たぶん兄は私の男友達を知っているでしょう。
   bạn trai は〈男友達〉の意。

10. bố mẹ：〈父と母〉〈両親〉　bố は〈父〉，mẹ は〈母〉の意。☞【親族名称】

11. công nhân：〈労働者〉　công は［工］のベトナム式発音で，công nghiệp〈工業〉，công tác（工作する→仕事をする）などが，また nhân は［人］のベトナム式発音で，nhân dân〈人民〉，nhân viên〈職員〉〈事務員〉などの関連語があります。ベトナム語は中国語から非常に多くの言葉を取り入れていますので，ベトナム語を漢字に置き換えると，私たち日本人に分かりやすくなるものがかなりあります。日越辞書をひくとき，調べた単語の前後にも目を移してみて下さい。関連語の多いことに驚かれるでしょう。

11. đã：〈～した〉　過去の時制を示します。☞ Bài 8【時制を示す言葉】

11. về hưu：〈退職する〉 về は〈戻る〉〈帰る〉，hưu は〈仕事をやめる〉〈休む〉の意。

    Ông ấy chưa đến tuổi về hưu. 　あの方はまだ退職する歳になっていません。
        chưa … は〈まだ…でない〉，tuổi は〈歳〉の意。

12. và：〈そして〉

12. ngồi：〈座る〉　người ngồi cạnh は〈隣で座っている人〉となります。修飾，被修飾の関係が日本語の場合と異なりますので，最初は訳す時にとまどうかもしれません。này, đó などがある場合はそこまでが主語（主部）ですので，一つの目安になります。

    Người đeo kính kia là ai?　　あの眼鏡をかけた人は誰ですか。
        đeo は〈身につける〉，kính は〈眼鏡〉の意です。

    Đồng hồ đeo tay đó là của nước nào?　その腕時計はどこの国のものですか。
        tay〈手〉につける đồng hồ〈時計〉，つまり〈腕時計〉のこと。

12. bà nội：〈父方の祖母〉　bà は[婆]のベトナム式発音〈祖母〉の意。nội は[内]のベトナム式発音。ここでは〈父方〉の意。☞【親族名称】

《ポイント》━━━━━━━━━━━━━━━━━━━━━━━━━━●

【đây, đấy/đó, kia】

    đây〈ここ〉, đấy/đó〈そこ〉, kia〈あそこ〉は，本来は場所を示す言葉ですが，主語として〈これ〉〈それ〉〈あれ〉の意で使うことができます。

    Đây là chị tôi còn kia là em gái tôi.　こちらが姉であちらが妹です。
    Đó là xe đạp của chị, phải không?　それはあなたの自転車ですね。
        xe đạp は〈自転車〉の意。

これらの言葉は，文末にきて強意を示すこともあります。親しい間で使います。đây は時間的にも場所的にも近くに人やものがあることを示します。đấy は肯定文に用いられる時は内容の正しさを強調します。本文での使い

方はこれです。疑問文に使われる場合は強調や親しみを示します。

  Ai đấy?   誰なの。(ドアをノックされた時など)
  Tôi, Minh đây.   (ここにいるのは)私、ミンよ。

【疑問文 đã ... chưa?】

〈もう…しましたか〉の意の疑問文。đã は過去を示し、省略されることもあります。返答の肯定形は、Vâng (Rồi, Đã), đã ... rồi.〈はい、もう…しました〉、否定形は Chưa, chưa ...〈いいえ、まだ…していません〉となります。

  Anh đã lập gia đình chưa? 結婚してますか。
  Vâng, tôi đã lập gia đình rồi. はい、結婚しています。
  Chưa, tôi chưa lập gia đình. いいえ、まだしていません。

lập は〈立てる〉の意。có gia đình (có は〈持つ〉〈ある〉の意) などの言い方もあります。日本語では「もう結婚しましたか」という聞き方よりも「結婚しているのですか」と現在形で聞くところでしょう。
rồi は〈～してしまった〉の意で完了を示します。日本語ではやはり「結婚していますよ」と現在形で答えると思います。
ベトナムに行くと、大人とみなされる人はこの問いをたびたび受けます。若い女性は特に。他にもプライベートな事柄をいろいろたずねられます。私は真面目に答えていましたが、本当のことでも多少脚色してあっても、楽しく会話するきっかけになりますから返事はした方がいいと思います。ちなみにベトナム人も冗談は大好きです。

【疑問文 có phải ... không?】

là を含む文に用いられる疑問文です。có phải là ... không? とまとめて覚えた方がいいでしょう。否定形の返事は không phải là ... となることに注意して下さい。

  Ông có phải là ông Sato không? あなたは佐藤さんですか。
  Vâng (Phải), tôi là Sato.   はい、私は佐藤です。
  Không, tôi không phải là Sato. いいえ、私は佐藤ではありません。

Tôi là Saito.　　　　　　　　私は斉藤です。

【ở の使い方】

1）動詞としては〈～にいる，ある〉〈～に住んでいる〉の意があります。

　　Khách sạn đó ở phố Lý Thường Kiệt.
　　そのホテルはリトゥオンキェット通りにあります。
　　　phố は〈通り〉〈街〉の意。

Lý Thường Kiệt（李常傑）は，リ（李）朝（1009～1225）の人で，11世紀後半に中国宋朝との戦いで勝利した英雄です。ベトナムの街の通りには，歴史上の人物名が多くつけられています。ちょっと歴史の本をのぞいてから出かければ，ベトナムの人との会話も弾むのでは。

場所をたずねる疑問詞 đâu は，「名詞＋ ở đâu?」の形で〈～はどこにありますか〉の意になります。便利ですからぜひ使ってみて下さい。また次の質問もよくうけます。

　　Anh ở đâu?　　　　　　　どこに住んでいますか。
　　Tôi ở thủ đô Tokyo.　　　　東京に住んでいます。
　　　thủ đô は〈首都〉の意。

2）〈～で〉〈～に〉の意で場所を示します。

　　Chị sống ở đâu?　　　　　どこに住んでいますか。
　　　sống は〈生活する〉〈生きる〉の意。

　　Tôi sống ở thành phố Nagoya.　名古屋市に住んでいます。
　　　thành phố は〈都市〉の意。thành は〈城〉の意。thành Nagoya は〈名古屋城〉です。

　　Tôi dạy tiếng Nhật ở đây.　　私はここで日本語を教えています。
　　　dạy は〈教える〉，tiếng は〈言葉〉の意。「tiếng ＋国名」で，その国の言葉〈～語〉となります。

【親族名称】

主な親族名称です。家族に関する質問は多いので身近な言葉から覚えて下さい。

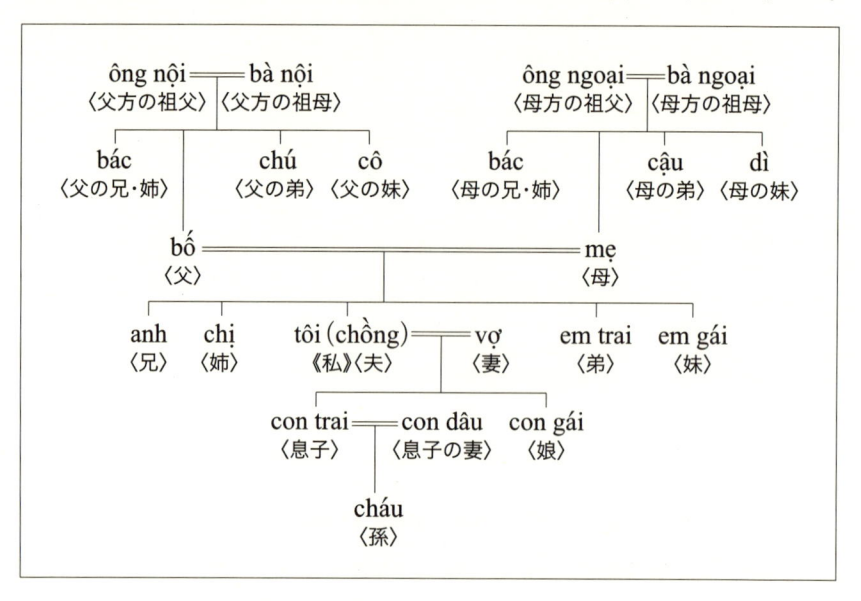

```
        ông nội ═══ bà nội              ông ngoại ═══ bà ngoại
       〈父方の祖父〉〈父方の祖母〉        〈母方の祖父〉〈母方の祖母〉
        ┌──────┬──────┐              ┌──────┬──────┐
       bác     chú     cô            bác     cậu     dì
    〈父の兄・姉〉〈父の弟〉〈父の妹〉  〈母の兄・姉〉〈母の弟〉〈母の妹〉
                    bố ═══════════════════════ mẹ
                   〈父〉                      〈母〉
        ┌──────┬──────┬──────┬──────┐
       anh    chị   tôi(chồng)═══vợ   em trai  em gái
       〈兄〉  〈姉〉 《私》〈夫〉 〈妻〉 〈弟〉   〈妹〉
                    ┌──────┬──────┐
                con trai═══con dâu  con gái
                 〈息子〉 〈息子の妻〉〈娘〉
                        cháu
                        〈孫〉
```

🔊 13)) 読んで訳しましょう ………●

Bài tập 1.

　(1) – Túi của chị là túi nào?

　(2) – Kia kìa.

　　　(1) túi：〈カバン〉〈バッグ〉
　　　(2) kia kìa：kia より強めの言い方。

Bài tập 2.

　(1) – Con trai của bà làm nghề gì?

　(2) – Con tôi làm ở công ty Suzuki.

　　　(2) công ty：〈会社〉

Bài tập 3.

  (1) –Đây là ông Tanaka, cấp trên của tôi.

  (2) –Hân hạnh được gặp bà.

  (3) –Tôi cũng vui mừng được gặp ông.

    (1) cấp trên：〈上級〉の意で，ここでは〈上役〉〈上司〉と訳します。
    (2) hân hạnh：〈うれしい〉
    được：恩恵をうけたことを示します。
    gặp：〈会う〉 Hân hạnh được gặp 〜（二人称代名詞をいれます）は初対面でのあいさつの決まり文句です。〈お目にかかれてうれしい〉〈はじめまして〉〈どうぞよろしく〉などを全部含んでいると思って下さい。hân hạnh の他に，同様の意味で sung sướng も使います。
    (3) vui mừng：〈うれしい〉 あいさつなどに使います。もっと簡単に rất vui とも言います。vui は〈うれしい〉〈楽しい〉の意。

Bài tập 4.

  (1) –Anh là người Việt Nam, phải không?

  (2) –Tôi là người Trung Quốc, nhưng quốc tịch Việt Nam.

  (3) –Thế thì anh là người Việt gốc Hoa nhỉ?

  (4) –Dạ, phải.

    (2) nhưng：〈しかし〉
    quốc tịch：〈国籍〉
    (3) thế thì：〈それでは〉
    gốc：〈根源〉〈元〉
    Hoa：người Hoa の意味で海外在住の中国人や華僑をさします。người Việt gốc Hoa は〈中国出身のベトナム人〉〈中華系ベトナム人〉のことです。
    nhỉ：〈〜ですね〉 文末につけて相手から同意を求める時などに使います。

Bài 4 — Lâu lắm mới lại gặp chị!

久しぶりですね

Hoa : Moe ơi, lâu lắm mới lại gặp chị!

Moe : Ô, chào chị Hoa.

   Chị và gia đình chị có khỏe không?

Hoa : Cảm ơn chị. Chúng tôi bình thường.

   Lần cuối cùng chúng ta gặp nhau bao giờ nhỉ?

Moe : Cách đây khoảng 6 năm.

Hoa : Lần này chị định ở lại bao lâu?

Moe : Chỉ 2 tuần thôi.

   Hôm nay là…, hôm nay là ngày bao nhiêu?

Hoa : Ngày 21 tháng 7.

   Thế thì chị phải về vào ngày mồng 4 tháng 8, phải không?

Moe : Phải.

ホア：萌さん、久しぶりですね。
萌　：ああ、こんにちは、ホアさん。
　　　あなたもご家族もお元気ですか。
ホア：ありがとう。相変わらずです。
　　　最後にお会いしたのはいつだったかしら。
萌　：６年程前ですよ。
ホア：今回はどのくらい滞在する予定ですか。
萌　：２週間だけです。
　　　今日は……今日は何日ですか。
ホア：７月21日です。
　　　では８月４日に帰らなければならないのですね。
萌　：ええ。

《語句》

0. 4：bốn と読みます。以下，数字は☞【数字Ⅰ】
1. Hoa：［花］〈花〉 人名です。ベトナムでは同名の人が多くいますが，ホアさんはその代表的な名前といえるでしょう。
1. ơi：親しい間柄で使う呼びかけです。日本語で「オイ」と呼びかけると威張っているように聞こえますが，それとは違います。
1. lâu：〈時間がかかる〉〈長い間〉

    Chị ấy đã đợi ở đây lâu.　　彼女はここで長く待ちました。

1. lắm：〈非常に〉〈とても〉　☞【quá, lắm, rất】
1. mới：〈～してはじめて〉

    Có đọc báo thì mới biết.　　新聞を読んでこそわかります。
    　　báo は〈新聞〉の意。〈A新聞〉なら báo A となります。có … thì は〈もし…なら〉の意で，条件を示します。

1. lại … :〈また…する〉　☞【lại の使い方】
1. gặp：〈会う〉
2. ô：驚きや喜びを示す時の感嘆詞です。

    Ô, đẹp quá!　　ああ，美しい。

3. khỏe：〈元気な〉⟷ yếu〈弱い〉
4. cảm ơn (cám ơn) … :［感恩］〈…に感謝する〉→〈ありがとう〉。以下は，あいさつの決まり文句です。

    Anh có khỏe không?　　お元気ですか。
    Cảm ơn chị. Tôi khỏe.　　ありがとう。元気です。

4. chúng tôi：〈私たち〉　☞【一人称の複数形】
4. bình thường：［平常］〈普通の〉　次の返事もあいさつの際の決まり文句です。

    Tôi bình thường.　　変わりありません。

    あいさつされたら，Còn anh?〈あなたの方は〉と相手に聞き返すことができるといいですね。

5. lần：〈回〉〈度〉
5. cuối cùng：〈最後の〉⟷ đầu tiên〈最初の〉 lần cuối cùng で〈最後〉〈最後に〉の意。
5. chúng ta：〈私たち〉 ☞【一人称の複数形】
5. nhau：〈互いに〉

    Các chị biết nhau chưa?
    あなたたちはまだ知り合っていませんでしたか。

5. bao giờ：〈いつ〉 疑問詞です。☞【bao giờ の使い方】
5. nhỉ：〈〜でしたか〉 疑問文の文末につけて，文意を強めます。
6. cách đây：cách は［隔］〈距離，時間が隔たった〉の意で，cách đây … で〈今から…前〉または〈ここから離れて…〉の意です。

    Nhà chị cách đây bao xa?
    あなたの家はここからどのくらい遠いですか。
        nhà は〈家〉，bao は〈どのくらい〉の意の疑問詞。xa は〈遠い〉の意。

6. khoảng：〈およそ〉〈約〉 同じ意の単語は，chừng, độ などたくさんあります。
6. năm：〈年〉 ☞【日・月・年の言い方】

    Chị sinh năm nào?　　　　　何年の生まれですか。
        sinh は〈生まれる〉の意。

7. này：〈この〉 lần này で〈今回〉〈今度〉の意。☞ Bài 2【này, đó/ấy, kia】

    Lần này là lần đầu tiên tôi đến Việt Nam.
    ベトナムに来たのは今回が初めてです。

7. định：［定］〈〜するつもりである〉 後に動詞を置いて，助動詞のように用います。

    Bao giờ anh định đến bệnh viện thăm bạn anh?
    いつ友達の見舞いに病院に行くつもりですか。
        bệnh viện は〈病院〉，thăm は〈訪問する〉〈見舞う〉の意。đến は具体的な目的地がある場合には〈行く〉の意になります。

7. ở lại：〈滞在する〉〈残る〉

7. bao lâu：〈どのくらい長く〉 疑問詞です。

  Anh học tiếng Việt bao lâu?　どのくらいベトナム語を勉強してますか。
   học は〈学ぶ〉の意。

8. chỉ ... thôi：〈ただ…だけ〉 chỉ や thôi だけでも使います。

  Tôi chỉ học tiếng Việt 1 năm.　私は1年しかベトナム語を勉強していません。

8. tuần：〈週〉 tuần lễ を略した言い方です。

  Hàng tuần tôi đều đi xem phim.　私は毎週映画を見に行きます。
   hàng〈hằng〉は〈恒常的〉の意があり、hàng tuần で〈毎週〉となります。đều は〈全て〉〈一様に〉、đi は〈行く〉、xem をつけて〈見に行く〉となります。phim は〈映画〉の意。

9. hôm nay：〈今日〉　☞【日・月・年の言い方】

9. ngày：〈日〉　☞【日・月・年の言い方】

  Mỗi ngày tôi uống thuốc 3 lần.　毎日私は3回薬を飲みます。
   mỗi は〈それぞれ〉の意で、mỗi ngày は〈日毎〉〈毎日〉、mỗi tuần は〈毎週〉の意になります。uống は〈飲む〉、thuốc は〈薬〉の意。

9. bao nhiêu：〈いくら〉〈いくつ〉 数量をたずねる疑問詞です。

10. tháng：月　☞【日・月・年の言い方】

  Mẹ anh ấy mất cách đây hai tháng.
  彼のお母さんは今から2ヵ月前に亡くなりました。
   mất は〈物を失くす〉〈人が亡くなる〉の意。trước〈前〉を使う言い方もあります。

  Mẹ anh ấy mất hai tháng trước.　彼のお母さんは2ヵ月前に亡くなりました。

11. thế thì：〈では〉〈それでは〉 前の会話の内容を受けて使います。vậy thì も同じ意。

11. phải ...：〈…しなければならない〉 動詞の前におきます。

  Hôm nay tôi phải dậy rất sớm.　今日私は早く起きなければなりませんでした。
   dậy は〈起きる〉、sớm は〈早い〉の意。対義語は muộn〈遅い〉。

11. về：〈帰る〉

11. vào …：〈…の時に〉　ある特定の時期，時間を示す際に使います。

11. mồng：1日から10日までの日付につけます。mùng とも言います。

  Hôm nay là ngày mồng mấy?　　今日は何日ですか。（10日以前）

   mấy は数量をたずねる疑問詞で，一般に少量の場合（およそ10以下）に使います。

  Ngày mai là ngày bao nhiêu?　　明日は何日ですか。（10日以後）

   ngày mai は〈明日〉の意。☞【日・月・年の言い方】

13. phải：〈はい〉　☞ Bài 2【付加疑問文 … phải không?】

十二支（干支）

ベトナムでも日本と同様に十二支を動物で示します。ところが登場する動物は異なっています。ベトナムの十二支は，chuột〈鼠〉, trâu〈水牛〉, hổ〈虎〉, mèo〈猫〉, rồng〈竜〉, rắn〈蛇〉, ngựa〈馬〉, dê〈山羊〉, khỉ〈猿〉, gà〈鶏〉, chó〈犬〉, lợn〈豚〉です。日本では，trâu は bò〈牛〉, mèo は thỏ〈兎〉, dê は cừu〈羊〉, lợn は lợn rừng〈猪〉ですからかなり違いますね。

十二支はもともと隣国の中国から伝えられたものです。中国でも「丑」は牛で表しますが，ベトナムで水牛になっているのはとてもベトナムらしくてふさわしいと思いませんか。一方，「亥」は中国や朝鮮半島，ベトナムでは，豚になるそうで日本だけが猪です。しかし「テトの絵」（年画）として有名な Đông Hồ〈ドンホー〉版画に描かれている豚の絵を初めて見た私の友人は，これは猪だと言っていました。野性味にあふれているせいでしょうか。また，「卯」は本家中国でも兎で表します。なぜ，ベトナムで猫に変わったのかわかりません。ただ，「卯」はベトナム語で mão と発音し，これは mèo と音が似ています。こんな推測をして楽しむことができるのも，私たちが漢字文化圏にいるおかげです。

《ポイント》

【 quá, lắm, rất 】

共に〈とても〉〈非常に〉の意ですが，それぞれ使い方があります。

  Hay quá!   おもしろいですねえ。（一番口語的な言い方）
   hay は〈興味深い〉〈おもしろい〉の意。対義語は dở。

  Phòng này tối lắm.   この部屋はとても暗いです。（口語的）
   phòng は〈部屋〉，tối は〈暗い〉の意。対義語は sáng〈明るい〉。

  Bài tập này không khó lắm. この練習問題はあまり難しくありません。
   không … lắm は〈あまり…でない〉の意。部分否定です。

  Công viên đó rất nhỏ.   その公園はとても小さいです。
   công viên は〈公園〉，nhỏ は〈小さい〉の意。

1）rất は被修飾語の前に置きます。

2）quá は被修飾語の前に置くと〈〜過ぎる〉の意になります。

  Bài tập này quá khó đối với chúng tôi.
  この問題は私たちにとっては難し過ぎます。
   đối với … は〈…にとって〉〈…に対して〉の意。

3）一部の動詞につく場合があります。

  Anh ấy thích kịch này lắm. 彼はこの劇をとても気に入りました。
   thích は〈好む〉〈気に入る〉，kịch は〈劇〉の意。

  Tôi rất muốn mua áo kia. 私はあの服をとても買いたい。
   muốn … は〈…したい〉〈…を欲する〉，mua は〈買う〉，áo は〈上着〉〈服〉の意。

【 lại の使い方】

1）動詞の後について，同じ動作を繰り返すことを示します。

  Xin anh nói lại.   （もういちど）言ってください。
   nói は〈言う〉〈話す〉の意。

2）動詞の前について，時間がたったあとで動作を繰り返す，動作を再開することを示します。

  Anh ấy lại nói về điều đó. 彼はまたその件について話しました。
   về … は〈…について〉，điều は〈ことがら〉〈件〉の意。

  Lâu lắm mới lại gặp chị!
   時間がたってようやくまたあなたに会った→お久しぶり。

また同じ意の次の言い方もあります。

  Lâu lắm không gặp anh!
   長い間あなたに会わなかった→お久しぶり。

3）動詞としては〈来る〉の意です。

【一人称の複数形】

chúng tôi と chúng ta の違いを具体的に例文で見てみましょう。聞き手を含むかどうか考えて使います。

  Chúng tôi là khách du lịch. 私たちは旅行者です。
   khách は〈客〉，du lịch は〈旅行する〉の意。

chúng tôi は聞き手を含みません。ベトナムで質問されたときの返事の一例ですね。

  Tối nay chúng ta ăn ở đâu? 今晩，私たちはどこで食事をしますか。
   tối nay は〈今晩〉，ăn は〈食べる〉の意。

chúng ta は聞き手を含んでいます。ガイドの人と一緒に食事をするときなどを想定して下さい。

【bao giờ の使い方】

1）文頭に置いて，未来を示します。

  Bao giờ chị đi Hà Nội? いつハノイに行きますか。
   đi は，語句7. định の例文にある đến と異なり，移動することに重点がおかれます。Hà Nội はベトナムの首都。

Ba ngày sau tôi đi.　　　　　3日後に行きます。
　　　　sau は〈後〉の意で、対義語は trước。
2）文末に置いて、過去を示します。
　　　Chị về nước bao giờ?　　　　いつ帰国したのですか。
　　　　về nước で〈帰国する〉の意。
　　　Tôi về nước bốn tháng trước.　4ヵ月前に帰国しました。

【数字Ⅰ】

　　数字は、1～10が基本です。10以上の桁はその応用で、とても簡単です。

　　　1　　2　　3　　4　　5　　6　　7　　8　　9　　10
　　　một　hai　ba　bốn　năm　sáu　bảy　tám　chín　mười

　　　11　　　　12　　　　　15　　　　　19
　　　mười một　mười hai ……　mười lăm ……　mười chín

11～19は1から10までの組合せです。15以上の5は năm が lăm にかわります。năm には〈5〉以外に〈年〉の意があり、混同するのをさけるためです。20以上は10の桁の mười が mươi へと声調がかわります。また21以上の1の声調も một から mốt にかわります。

　　　20　　　　21　　　　　　22　　　　　　　25
　　　hai mươi　hai mươi mốt　hai mươi hai ……　hai mươi lăm ……

　　　30　　　　31　　　　　　99
　　　ba mươi　ba mươi mốt ……　chín mươi chín

【日・月・年の言い方】

◎ 日を示す単語には、hôm と ngày があります。
　hôm kia ：〈一昨日〉
　hôm qua ：〈昨日〉(qua は〈過ぎる〉の意)
　hôm nay ：〈今日〉(nay は〈今〉の意)
　ngày mai：〈明日〉
　ngày kia ：〈明後日〉

◎ 12ヵ月の言い方です。1月と4月に注意。

    tháng giêng   :〈1月〉   tháng một とも言えます。
    tháng hai   :〈2月〉
    tháng ba   :〈3月〉
    tháng tư   :〈4月〉   tháng bốn とは通常言いません。
    tháng năm   :〈5月〉
    tháng sáu   :〈6月〉
    tháng bảy   :〈7月〉
    tháng tám   :〈8月〉
    tháng chín   :〈9月〉
    tháng mười   :〈10月〉
    tháng mười một：〈11月〉
    tháng mười hai：〈12月〉   tháng chạp とも言います（本来は陰暦）。

◎ 月の言い方です。

    tháng trước：〈先月〉
    tháng này ：〈今月〉
    tháng sau ：〈来月〉

      ※ ba tháng は〈3ヵ月〉……数量として考える。
         tháng ba は〈3月〉……順序として考える。

ベトナム語では，数量を示す場合は数詞は名詞の前に，順序を示す場合は数詞は名詞の後におかれます。ngày, năm の場合も同様です。

◎ 年の言い方も簡単です。

    năm kia   :〈一昨年〉
    năm ngoái：〈去年〉
    năm nay   :〈今年〉
    sang năm :〈来年〉   năm tới とも言います。

◎ 日付は日，月，年の順で記します。

    ngày 30 tháng 9 năm 2001：〈2001年9月30日〉

15))) 　　　　　　　　　　読んで訳しましょう ………●

Bài tập 1.

   (1) –Ngày mai là ngày bao nhiêu?

   (2) –Hôm nay là ngày 14, vậy thì ngày mai là ngày 15.

   (3) –Tháng mấy?

   (4) –Tháng hai, ngày mai là sinh nhật của chị, phải không?

   (5) –Đúng rồi.

      (4) sinh nhật：［生日］〈誕生日〉
          Sinh nhật của anh là ngày nào? 　あなたの誕生日はいつですか。

      (5) rồi：文末に置いて、強調を示します。

Bài tập 2.

   (1) –Mẹ ơi, hôm nay con gặp chú Nhâm ở bệnh viện quốc tế.

   (2) –Chú Nhâm là bác sĩ, làm việc ở đó.

   (3) –Con không gặp chú lâu lắm rồi.

   (4) –Con chào chú không?

   (5) –Có.

      (1) 親子ですから、子供は母親に対して自分のことを con といい、母親
          も子供のことを con と呼びます。
          Nhâm：［壬］　人名です。
          quốc tế：〈国際〉

      (2) bác sĩ：［博士］〈医者〉

Bài tập 3.

   (1) 数字の1〜10まで3回数えなさい。

   (2) 1〜10までベトナム語で書きなさい。

Bài 5 | Quả này tiếng Việt gọi là gì?
この果物はベトナム語で何と言いますか

16 〈Tại chợ〉

Moe : Anh Minh ơi, cái này là cái gì?
Minh : Đó là cái phin cà-phê.
Moe : Còn kia?
Minh : Kia là rau mùi.
 Ở miền Nam người ta gọi đó là rau ngò.
Moe : Thế à. Những quả này tiếng Việt gọi là gì?
Minh : Gọi là chanh. Ở Nhật có chanh không?
Moe : Không có. Có ngọt không?
Minh : Không, chua lắm.
 Chiều nay để tôi nấu phở gà cho chị.
 Bác ơi, bán cho tôi 1 con gà béo.
 Con gà đó giá bao nhiêu tiền?
Người đàn bà : Gà nào cũng rất béo và ngon,
 con này thì nặng 2 cân, 30 nghìn đồng.
Minh : Bác nói thách quá! 25 nghìn, được không?
Người đàn bà : Vâng, được.
Minh : Tiền đây.

〈市場にて〉
萌　：ミンさん，これは何ですか。
ミン：それはコーヒーフィルターです。
萌　：ではあれは。
ミン：あれはザウムイです。南部ではザウゴーと言います。
萌　：そうですか。これらの果物はベトナム語で何と言いますか。
ミン：チャインと言います。日本にありますか。
萌　：ありません。甘いですか。
ミン：いいえ，とても酸っぱいです。
　　　今日の午後，あなたにフォーガーを作ってあげましょう。
　　　おばさん，肥った鶏を1羽売ってください。その鶏はいくらですか。
女性（売手）：どの鶏も肥っておいしいよ。これは2キロで30,000ドン。
ミン：ふっかけすぎだよ。25,000ドンでどう。
女性（売手）：いいでしょう。
ミン：はい，お金です。

《語句》

1. tại ... ：[在]〈…で〉〈…に於いて〉 ở と同様に使います。
1. chợ：〈市場〉 đi chợ で〈買い物に行く〉の意になります。

    Chị đi đâu đấy?　　　　　どこに行くの。
    Tôi đi chợ đây.　　　　　買い物にいくのよ。

2. Minh：[明] 人名です。
2. cái：類別詞で，動かないものや無生物を示します。cái này で〈これ〉，cái gì で〈何〉の意。☞【類別詞】
3. đó：〈それ〉　☞ Bài 3【đây, đấy/đó, kia】
3. phin cà-phê：ベトナムで一般にみかけるアルミ製のコーヒーフィルターのこと。phin は〈フィルター〉，cà-phê は〈コーヒー〉の意。
4. kia：〈あれ〉　☞ Bài 2【này, đó/ấy, kia】, Bài 3【đây, đấy/đó, kia】
5. rau mùi (ngò)：〈コリアンダー〉〈香菜〉 ベトナムの料理には欠かせません。☞【類別詞】
6. miền：〈地域〉〈地方〉

6. Nam：[南]〈南〉 miền Nam で〈南部〉。nam と小文字でも書きます。〈北部〉は miền bắc (bắc は [北] のベトナム式発音)，〈中部〉は miền trung (trung は [中] のベトナム式発音) となります。

  Ông ấy sống ở miền trung Nhật Bản. 彼は日本の中部地方に住んでいます。

6. người ta：〈人〉〈人々〉

  Người ta ai cũng phải làm việc. 人は誰でも働かなければなりません。
   ai cũng は〈誰でも〉〈皆〉の意。

6. gọi：〈呼ぶ〉〈呼ばれる〉 gọi là ... で〈…と呼ばれる〉となります。
7. thế à：〈そうなの〉〈本当ですか〉などと軽い驚きや疑問を示します。
7. những：複数を示します。các は特定のものや人の全体を示す複数で，những は全体の中の一部の複数，漠然とした複数を示します。
7. quả：[果]〈果物〉 また果物や球状のものを示す類別詞でもあります。

☞【類別詞】

  Quả trứng vịt này rất to. このアヒルの卵はとても大きい。
   trứng は〈卵〉，vịt は〈アヒル〉，to は〈大きい〉の意。

7. tiếng：〈言葉〉 「tiếng ＋国名」で，その国の言葉〈〜語〉となります。

  Cái kia tiếng Nhật gọi là gì? あれは日本語で何と言いますか。
   cái kia で〈あれ〉の意。

こちらの言い方もできます。

  Tiếng Nhật cái kia gọi là gì? 日本語であれは何と言いますか。

7. Việt：Việt Nam ［越南］〈ベトナム〉の略です。

  Các sinh viên đều học tiếng Việt.
  学生たちは皆ベトナム語を勉強します。

  Những sinh viên này là người châu Á, còn những sinh viên đó là người châu Âu.
  こちらの学生たちはアジアの人で，一方そちらの学生たちはヨーロッパの人です。
   sinh viên は〈学生〉，châu は〈大陸〉の意。châu Á で〈アジア〉，châu Âu で〈ヨーロッパ〉となります。

8. chanh：レモンの一種。日本のスダチに似た緑色で，丸くピンポン玉ほどの大きさで，ベトナム料理にはかかせません。ジュースでも飲みます。

8. có：〈ある〉〈いる〉 疑問文 có ... không? を使うと có が二つ重なるので，ひとつが省略されています。

9. ngọt：〈甘い〉 ☞【味覚を示す言葉】

10. không：〈いいえ〉 ☞ Bài 2【疑問文 có ... không?】

10. chua：〈酸っぱい〉 ☞【味覚を示す言葉】

11. chiều nay：buổi chiều〈午後〉hôm nay〈今日〉の短縮で〈今日の午後〉の意。buổi は一日を午前，午後などや特定の活動で区切る場合に使います。

11. để ...：〈...したままにしておく〉「để＋人＋動詞」で〈人に〜させておく〉の意。命令形では〈人に〜させよ〉〈私に〜させて〉となります。

    Để tôi xem.　　　　　　　考えさせて。(メニューなどをみている場合に)

11. nấu：〈煮る〉〈炊く〉

11. phở：〈フォー〉 日本人旅行者には大変好まれる麺料理の一つです。

11. gà：〈鶏〉 phở gà は〈鶏肉いりのフォー〉。フォーの種類はいろいろあります。

11. cho ...：〈...のために〉〈...へ〉 本来は〈与える〉の意。Cho tôi ... で〈...を下さい〉となり，買い物や食事の際に使えます。

    Cho tôi một cốc nước cam.　　カムのジュースを一杯下さい。

    cốc はコップの意。南部では ly と言います。nước は〈水〉，cam はオレンジの一種です。nước cam で〈カムのジュース〉。

12. bác：〈伯母〉 自分の両親より年上とみなせる年配の男女への呼びかけに使います。 ☞ Bài 3【親族名称】

12. bán：〈売る〉⟷ mua〈買う〉

12. con：類別詞で，動くものや生物を示します。con này で〈これ〉，con gì で〈何〉の意。☞【類別詞】

12. béo：〈肥えた〉〈太った〉⟷ gầy〈やせた〉

13. giá：[価]〈値段〉 ☞【値段の言い方】

13. đó：〈その〉 ☞ Bài 2【này, đó/ấy, kia】

13. tiền：[銭]〈お金〉 ☞【値段の言い方】

14. người đàn bà：〈女の人〉〈女性〉 ⟷ người đàn ông 〈男の人〉〈男性〉

14. … nào cũng：〈どの…でも〉

  Hoa nào tôi cũng rất thích. どんな花も好きです。
   hoa は〈花〉の意。

14. ngon：〈おいしい〉 ☞【味覚を示す言葉】

15. … thì：〈…の方は〉 主語や話の内容を強調する際に使います。

15. nặng：〈重い〉 ⟷ nhẹ〈軽い〉 ☞【高さ重さなどの言い方】

15. cân：〈キログラム〉 kilôgam とも言います。南部では kí を使います。
  ☞【高さ重さなどの言い方】，【類別詞】

15. nghìn：〈千〉 ☞【数字Ⅱ】

15. đồng：〈ドン〉 ベトナムの通貨の単位です。

16. nói：〈言う〉〈話す〉

  Để anh ấy nói. 彼に言わせておきなさい。

16. thách：〈ふっかける〉〈高値をいう〉

16. được：「動詞＋được」で〈～できる〉の意。được không? もしくは có được không? と文末につけて〈～できますか〉〈いいですか〉とたずねます。

  Tôi hút thuốc, có được không? 煙草を吸ってもいいですか。
   hút は〈吸う〉，thuốc は thuốc lá の略で〈煙草〉の意。

  Được. Xin mời. いいですよ。どうぞ。

  Không được. いけません。

18. お金を払う際には，Tiền đây, Gửi tiền ～, Xin gửi tiền ～（～には二人称代名詞をいれます）などの言い方があります。gửi は〈送る〉〈手渡す〉の意。

《ポイント》

【類別詞】

　ベトナム語には，物，動物，現象などを区分する言葉があり，類別詞といいます。多くの類別詞がありますが，動かないものや無生物を示す cái と，動くものや生物を示す類別詞 con は最初に覚えて下さい。

1) cái：bàn〈机〉，bút bi〈ボールペン〉，xe buýt〈バス〉……，多くのものにつきます。

　　　Cái này là cái gì?　　　　　これ（この動かないもの）は何ですか。
　　　Cái đó là cái màn.　　　　　それは蚊帳です。
　　　　cái đó は〈それ〉，màn は蚊帳の意。

2) con：動物の他に，đường〈道〉，sông などにも使います。

　　　Con kia tiếng Nhật gọi là gì?　　あれは日本語で何と言いますか。
　　　Chúng tôi gọi con kia là "uma (ngựa)".　私たちはあれを馬と言います。
　　　　con kia は〈あれ〉の意。

　以下はベトナムの食卓や身の回りで見かける動物です。

con ba ba :〈スッポン〉　xúp ba ba（xúp は〈スープ〉の意。súp とも書きます）はハノイの đặc sản〈特別料理〉です。
― bò :〈牛〉　phở bò は thịt bò（thịt は〈肉〉の意）入りの phở。
― cá :〈魚〉　chả cá は一種の鍋料理。これもハノイの đặc sản です。
― cá mực :〈イカ〉　mực は〈墨〉の意。
― cá voi :〈鯨〉　voi は〈象〉の意。
― chó :〈犬〉　東アジア・東南アジアでは犬を食べます。thịt chó と店に書いてあったら注意。お酒によくあうそうですが，毛嫌いするベトナム人も多い。
― cua :〈蟹〉
― ếch :〈蛙〉　蛙のフライはビールにとても合います。
― lợn :〈豚〉　南部では heo。
― lươn :〈鰻〉　xúp lươn もハノイではよくみかけるメニューです。

── mèo：〈猫〉

  Con mèo kêu meo meo. 猫はニャーニャーとなきます。
   kêu は鳴くの意。meo meo は猫の鳴き声（擬声語）。

── tôm：〈海老〉

cái, con 以外にも類別詞はたくさんあります。これから少しずつ学んでいきます。

【類別詞の特徴】

類別詞はある特定のものを示す，あるいは説明する働きをもっています。類別詞となる言葉には以下のようなものがあります。

1）自然にあるものを類別詞として使います。たとえば quả は果物以外に，丸いものを示して，quả đất〈地球〉，quả tim〈心臓〉などとなります。南部では trái を使います。

2）anh, chị, ông, bà などは，職業や地位を示す言葉の前に置いて類別詞となります。

  Những anh công an kia bắt tên kẻ cắp này.
   あれらの（若い男性の）警官たちがこの泥棒を捕まえました。
    công an［公安］は〈警察官〉，bắt は〈捕まえる〉，kẻ cắp は〈泥棒〉の意。tên は軽視・侮蔑する人への類別詞です。

3）数量を示す場合にも類別詞が使用されます。

 ① cân, mét〈メートル〉のように正確な数・量を示す類別詞があります。cái, con のような特色はなく，単独で用いられることはありません。類別詞の前に数量を示す語句がおかれます。

  Bạn tôi mua nửa tá bút chì. 私の友人は半ダースの鉛筆を買いました。
   tá は〈ダース〉の意で類別詞。nửa は〈半分〉，bút chì は〈鉛筆〉の意。

 ②不確定な数量を示す類別詞もあり，ものや事象などにつきます。

  Cho tôi hai mớ rau mùi. コリアンダーを2盛り下さい。
   mớ は同種のものを若干集めたものの単位です。

Đó là một cuộc gặp rất vui.　それはとても楽しい出会いでした。
　　　cuộc は一定の時間に人々が集まる場合につける類別詞です。

類別詞には，「1匹の犬」の「匹」のように助数詞の役割もあります。日本語で助数詞を間違えるのは少し恥ずかしいのと同様に，類別詞も適切なものを使うことが大切です。私たちが実際に類別詞を使うのは，「その果物を3個下さい」の「個」のように，助数詞として買い物の場面においてではないかと思います。買いそうな物の単語と類別詞を結びつけて覚えて下さい。

【味覚を示す言葉】

食事やお茶を飲む際に使う言葉を上げておきましょう。
cay：〈(唐辛子で)辛い〉
mặn：〈塩辛い〉
chua：〈酸い〉
đắng：〈苦い〉
đậm：〈味が濃い〉　飲み物では đặc と言います。
nhạt：〈味が薄い〉　飲み物では loãng と言います。
ngọt：〈甘い〉　nước ngọt で〈ソフトドリンク〉や〈ジュース〉を示します。
ngon：〈おいしい〉

【高さ重さなどの言い方】

高さや重さ，広さ，長さなどを具体的に数字で示す場合は，以下のように言います。

　　　Moe cao 1 mét 50.　　　　萌は1メートル50センチの高さです。
　　　　センチメートルは xentimét と言いますが，上のような場合は略してもかまいません。

　　　Đồn điền cao-su này rộng 60 héc-ta.
　　　このゴム農園は60ヘクタールの広さがあります。
　　　　đồn điền は〈大規模な農園〉，cao-su は〈ゴム〉，rộng は〈広い〉，héc-ta は〈ヘクタール〉の意。

Sông Hương dài khoảng bao nhiêu kilômét?
フォン河は何キロメートルぐらい長さがありますか。

 Hương はフエ市を流れる河の名前で［香］のベトナム式発音。dài は〈長い〉の意。対義語は ngắn〈短い〉。kilômét は〈キロメートル〉で cây số とも言います。

日本語の翻訳を考える場合，次の例文の②でとりあげた直訳も可能ですが，①と同じ訳文にする方が一般的です。

① Ngọn núi này cao 3.000 mét.
 この山は3,000メートルの高さがあります。
 ngọn は円錐形や尖ったものにつける類別詞。núi は〈山〉の意。

② Chiều cao của ngọn núi này là 3.000 mét.
 この山の高さは3,000メートルです。
 chiều は間隔を示しますが，単独で用いられず cao や dài などの形容詞を名詞化する働きをします。

【値段の言い方】

Quả này giá bao nhiêu tiền? この果物はいくらですか。
Tất cả giá bao nhiêu? 全部でいくらですか。
 tất cả は〈全部〉の意。

Bao nhiêu tiền? でもかまいません。Bao nhiêu? だけだと，金額か数量のどちらをたずねているのかわかりません。また，数量を示す言葉は値段や値段をたずねる語句の後につきます。日本語の順序と逆ですので注意して下さい。

Cà chua đó bao nhiêu tiền một cân? そのトマトは1キロいくらですか。
 cà chua は〈トマト〉の意。

【数字Ⅱ】

100の桁は trăm〈百〉をつけます。101〜109は linh, lẻ（ともに〈零〉の意）を十の桁の位置にいれます。

 100 một trăm
 101 một trăm linh một
 ⋮
 109 một trăm linh chín
 110 một trăm mười
 111 một trăm mười một
 ⋮
 199 một trăm chín mươi chín
 200 hai trăm
 ⋮
 999 chín trăm chín mươi chín

1,000の桁は nghìn（ngàn）をつけます。1,001〜1,099は không trăm を百の桁の位置にいれます。

 1.000 một nghìn
 1.001 một nghìn không trăm linh một
 ⋮
 1.099 một nghìn không trăm chín mươi chín
 1.100 một nghìn một trăm
 ⋮
 1.999 một nghìn chín trăm chín mươi chín
 2.000 hai nghìn
 2.001 hai nghìn không trăm linh một
 ⋮
 9.999 chín nghìn chín trăm chín mươi chín

10,000〜900,000には nghìn と vạn を使う二通りの言い方があります。

 10.000 mười nghìn（một vạn）
 15.500 mười lăm nghìn năm trăm（mười lăm nghìn rưởi）

20.000　　hai mươi nghìn（hai vạn）
　　　100.000　một trăm nghìn（mười vạn）

vạn は〈万〉の意。rưỡi は〈前の単位の半分〉の意で100以上の数で使用します。例えば350は ba trăm rưỡi になります。

1,000,000 以上は日常的にはあまり使いませんが，一通り押さえて下さい。

　　　1.000.000　　　một triệu　　（triệuは〈百万〉の意。[兆]のベトナム式発音）
　　　10.000.000　　mười triệu
　　　100.000.000　một trăm triệu
　　　1.000.000.000　một tỷ　　（tỷは〈十億〉の意。[比]のベトナム式発音）

ベトナム語では，位どりは［ . ］，小数点は［ , ］を使います。

　　　7.000　　bảy nghìn
　　　4,8 triệu　bốn phẩy tám triệu　（phẩyは〈コンマ〉の意）

17　　　　　　　　　　　　　　　　　読んで訳しましょう …………●

Bài tập 1.

　(1)　−Kia là cái gì?

　(2)　−Kia là bức tranh sơn mài.

　(3)　−Ở Nhật có tranh sơn mài không?

　(4)　−Cũng có loại giống Việt Nam.

　　　(2) bức：四角いものにつける類別詞
　　　　　tranh：〈絵〉
　　　　　sơn mài：〈漆〉　tranh sơn mài はベトナムの伝統的な工芸品です。美術品としても優れたものが美術館に陳列してありますので，ぜひご覧になって下さい。
　　　(4) loại：〈種類〉
　　　　　giống：〈似る〉

Bài tập 2.

   (1) –Năm nay là năm bao nhiêu?

   (2) –Năm nay là năm 2001.

   (3) 2001をベトナム語で書きなさい。

Bài tập 3.

   (1) –Xin anh ghi vào phiếu này.

   (2) –Dạ, chị cho biết, từ "thị thực" nghĩa là gì?

   (3) –Thị thực tiếng Anh gọi là visa.

      (1) ghi：〈記入する〉　vào：〈〜の中へ〉
         ghi vào … で〈…に記入する〉の意。
         phiếu：〈カード〉〈用紙〉
      (2) cho：「cho＋動詞」で〈〜させる〉となります。cho biết で〈知らせる〉〈教える〉の意。
         thị thực：本来, 公的機関が確認する, 許可するの意で, 転じて〈ビザ〉。

Bài tập 4.

   (1) –Tôi dùng điện thoại của ông, có được không?

   (2) –Được chứ, tất nhiên rồi.

      (1) dùng：〈使う〉
         điện thoại：〈電話機〉
      (2) tất nhiên：〈当然だ〉〈もちろん〉

Thịt chó〈犬の肉〉
ハノイ名物(?)犬肉料理店の店先

Bài 6 — Bây giờ là mấy giờ?
今何時ですか

Hà   : À, đồng hồ tôi bị chết.
       Moe ơi, cho tôi biết bây giờ là mấy giờ.
Moe : 4 giờ rưỡi chiều. Chị có việc gì không?
Hà   : Không, nhưng tôi muốn nghe dự báo thời tiết 4 giờ đúng.
Moe : Tại sao thế?
Hà   : Vì ngày mai tôi định vào thành phố Hồ Chí Minh.
       Nên tôi muốn biết trời trong ấy như thế nào.
Moe : Ở miền Nam bây giờ là mùa gì?
Hà   : Bây giờ là mùa khô, trời nắng lắm.
Moe : Nhiệt độ chừng bao nhiêu?
Hà   : Cao nhất là khoảng 40 độ.
       Nhưng nghe nói, ở miền Nam năm nay trời mát hơn năm ngoái và có nhiều mưa.

ハー：ああ、時計が止まっている。萌さん、今何時か教えて下さい。
萌　：午後4時半です。何か用があったのですか。
ハー：いいえ、ただ4時の天気予報を聞きたかったのです。
萌　：どうして。
ハー：明日、ホーチミン市へ行く予定なんです。
　　　だから、むこうの天気はどうかなと思って。
萌　：南部は今どんな季節ですか。
ハー：今は乾季で、とても日差しが強いです。
萌　：気温はどのくらいですか。
ハー：最高気温は40度ぐらいです。
　　　でも今年、南部は去年より涼しくて雨が多いそうです。

《語句》

1. Hà：[河]　人名です。
1. à：〈ああ〉　驚いた時や思い出した時に使います。
1. đồng hồ：〈時計〉
1. bị …：〈…される〉　☞【bị, được の使い方】
1. chết：〈止まっている〉　本来は〈死ぬ〉の意。機械などが使用できなくなった場合は，hỏng〈こわれる〉を使うことが多い。

    Máy ảnh của tôi bị hỏng.　　私のカメラが壊れました。

2. cho：「cho ＋人＋動詞」で〈～に～させる〉の意。

    Đừng cho con chị chơi diêm.　あなたの子供にマッチで遊ばせるな。
    đừng … は〈…してはいけない〉の意で禁止命令を示します。chơi は〈遊ぶ〉，diêm は〈マッチ〉の意。

2. bây giờ：〈現在〉　☞【時間の言い方】
2. mấy：〈いくつ〉　少量（10 ぐらいまで）の数量をたずねる疑問詞です。
2. giờ：〈時間〉〈時〉　mấy giờ で〈何時〉の意。☞【時間の言い方】
3. rưỡi：前にある単位の半分の意で，ここでは30分のこと。☞【時間の言い方】
3. chiều：〈夕方〉〈午後〉　時間の後に置いて〈午後～時〉となります。〈午前～時〉は〈朝〉〈午前〉の sáng，〈夜〉は tối を使います。☞【時間の言い方】
3. việc：〈事〉〈用事〉
3. Chị có việc gì không?：疑問文の中に疑問詞が入る場合，疑問詞は疑問の機能をなくします。ここでは，gì は〈何か〉の意になり，「何か仕事・用がありますか」と訳します。この形は Bài 9 で詳しく学びます。
4. nhưng：〈しかし〉〈～だが〉
4. muốn：〈～を欲する〉　後に動詞を置いて，〈～したい〉と助動詞的にも言います。
4. nghe：〈聞く〉
4. dự báo：[予報]〈予報〉
4. thời tiết：[時節]〈天候〉〈気候〉　dự báo thời tiết で〈天気予報〉となります。
4. đúng：〈ちょうど〉　đúng 4 giờ とも言います。☞【時間の言い方】

5. tại sao：〈なぜ〉〈どうして〉 疑問詞です。vì sao や làm sao なども同様に使います。

 Tại sao bà đi Hokkaido bằng xe lửa?
 なぜあなたは汽車で北海道へ行ったのですか。
  xe lửa は〈汽車〉、「bằng＋乗物」で〈～(の乗物)で〉の意。

5. thế：疑問文の文末に置いて、文意を強調します。

6. vì：〈なぜなら〉〈～だから〉 tại sao で問われた場合の返事は、vì, tại vì, bởi vì などを文頭につけて答えます。

 Vì đi xe lửa được thoải mái lắm.　汽車で行くのはとても気楽だからです。
  đi xe lửa は〈汽車で行く〉の意。được は〈良いことを受ける（得る）〉ことを意味します。☞【bị, được の使い方】　thoải mái は〈気楽な〉〈自由な〉の意。

6. ngày mai：〈明日〉　☞ Bài 4【日・月・年の言い方】

6. vào：元来は〈入る〉の意ですが、ここでは〈南部に行く〉の意。
 ☞【方向動詞】

6. thành phố：〈都市〉〈市〉

6. Hồ Chí Minh：(1890?～1969)　ベトナム独立運動の指導者。南北統一後の1976年に、南部の都市 Sài Gòn は thành phố Hồ Chí Minh と改名されました。ベトナム最大の都市です。

7. nên：〈だから〉〈なので〉　単独でも使いますが、vì … nên … とも言います。

 Vì anh ấy ở đây nên tôi đã không nói được về chuyện đó.
 彼がここにいたので、私はその事について話すことができませんでした。
  chuyện は〈事柄〉の意。

7. trời：〈空〉〈天気〉　天候や気候をいう場合に主語として使います。
 ☞【天気の言い方】

7. trong ấy：trong は〈中〉の意で位置を示しますが、この場合はベトナム国内で北部から見て南部をさす意味で使っています。ấy をつけて〈あちらでは〉〈南部では〉の意。逆に南部から北部を見る場合は ngoài ấy (ngoài は〈外〉の意) を使います。

7. như thế nào：〈どんな様子か〉　様子や状態をきく疑問詞。thế nào も同じ意。

Sức khỏe của chị thế nào? おかげんはいかがですか（お元気ですか）。
     sức khỏe は〈健康〉の意。乾杯の際のあいさつでは Chúc sức khỏe. という形で使います。(chúc は〈祈る〉〈祝う〉の意。)

8. mùa：〈季節〉 春夏秋冬は，mùa xuân（[春]のベトナム式発音），mùa hạ（[夏]のベトナム式発音。mùa hè とも言います），mùa thu（[秋]のベトナム式発音），mùa đông（[冬]のベトナム式発音）。

9. khô：〈乾いた〉 mùa khô で〈乾季〉の意。

9. nắng：〈日差しが強い〉

     Một ngày nắng chúng tôi đã đi tắm biển.
     ある日差しの強い日，私たちは海水浴に行きました。
          tắm は〈水浴びする〉，biển は〈海〉，tắm biển で〈海水浴をする〉の意。

10. nhiệt độ：[熱度]〈温度〉

11. chừng：〈およそ〉〈約〉

11. nhất：[一]〈最も〉 ☞【比較級・最上級】

11. độ：[度]〈度〉 温度やアルコール度数などで使います。

12. nghe nói …：〈…という話ですが〉〈聞くところによると〉

     Nghe nói ông Hoàng bị tai nạn giao thông.
     ホアンさんが交通事故にあったそうです。
          Hoàng [黄] 人名です。tai nạn は〈事故〉，giao thông は〈交通〉の意。

12. năm nay：〈今年〉 ☞ Bài 4【日・月・年の言い方】

12. mát：〈涼しい〉⟷ ấm〈暖かい〉

     Mùa hè này tôi rất bận nên đã không đi nghỉ mát.
     この夏はとても忙しかったので，避暑に行けませんでした。
          bận は〈忙しい〉，nghỉ mát は〈避暑をする〉の意。

12. hơn：〈より〉 比較を示します。☞【比較級・最上級】

13. năm ngoái：〈去年〉 ☞ Bài 4【日・月・年の言い方】

13. nhiều：〈多い〉⟷ ít〈少ない〉 形容詞ですが，数量を示すために名詞の前に置かれる使い方になります。

13. mưa：〈雨〉〈雨が降る〉 mùa mưa は〈雨季〉のこと。

《ポイント》

【 bị, được の使い方 】

1) bị は，主語が喜ばしくないこと，良くないことを受ける，されることを意味します。その反対に喜ばしいこと，良いことを受ける（得る）場合は được を使います。

  Trời mưa to nên nhiều đường bị ngập nước.
   大雨が降ったので多くの道が水につかりました。
    to は〈多い〉，mưa to で〈大雨が降る〉，ngập は〈かぶる〉の意。

  Tôi được giới thiệu với bà chủ nhiệm Khoa văn.
   私は文学部の（女性の）主任に紹介してもらいました。
    giới thiệu は〈紹介する〉，giới thiệu với…は〈…に紹介する〉となります。chủ nhiệm は〈主任〉。khoa は〈科〉もしくは〈学部〉の意で［科］のベトナム式発音。văn は文学の意，［文］のベトナム式発音。Khoa văn は〈文学部〉もしくは〈文学科〉の意です。

また，〈～に～される〉という文の場合は，bị, được の後に主語，述語の文を作ります。

  Anh ấy bị thầy giáo phê bình. 彼は先生に批判されました。
   phê bình は〈批判する〉の意。

  Tôi được bố mẹ cho tiền.   私は両親にお金をもらいました。

上記の構造は，主語が，bị と được の後に続く文の内容を，受けるという形です。

2) bị と được は受動態ではなく，被害あるいは恩恵を受けるの意を示す場合にも使われます。受け身ではないので bị と được がなくても意味は変わりません。本文中の bị chết〈時計が止まった〉はこの使い方です。

① bị / được ＋動詞

  Công ty bố tôi bị phá sản. 父の会社は倒産しました。
   phá sản は〈破産する〉〈倒産する〉の意。［破産］のベトナム式発音。

  Vui mừng được gặp ông. お目にかかれてうれしいです。
   あいさつの決まり文句ですね。

② bị / được ＋名詞
 ここでは動詞のように使われます。

  Tôi bị điểm xấu. 私は悪い点をとりました。
   điểm は〈点〉, xấu は〈悪い〉の意。

  Tôi được điểm tốt. 私は良い点をとりました。
   tốt は〈良い〉の意。

③ bị / được ＋形容詞

  Tôi bị muộn giờ hẹn rồi. 約束の時間に遅れてしまいました。
   hẹn は〈約束〉, giờ hẹn で〈約束の時間〉の意。

  Mẹ tôi không được khỏe lắm. 母はあまり健康ではありません。

【天気の言い方】

  Trời tốt (đẹp) quá nhỉ! いい天気ですね。
  Trời oi bức quá! ああ蒸し暑い。
   oi bức は〈蒸し暑い〉の意。

  Ngày mai trời mưa. 明日は雨でしょう。
  Hôm kia trời có nhiều mây, phải không? 一昨日は曇りでしたよね。
   mây は〈雲〉の意で, có (nhiều) mây で〈曇り〉の意。

【時間の言い方】

1）一日はおおよそ以下のような時間帯で区分しています。

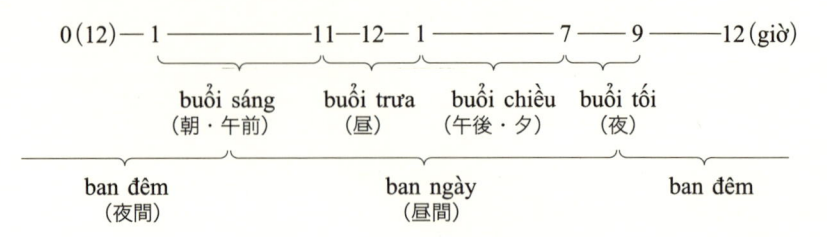

```
0(12)— 1 ——————11—12— 1 —————— 7 —— 9 ——12(giờ)
        buổi sáng    buổi trưa   buổi chiều  buổi tối
        （朝・午前）    （昼）      （午後・夕）   （夜）

    ban đêm              ban ngày              ban đêm
    （夜間）              （昼間）
```

buổi は一日の特定の時間帯を，ban は不特定な時間帯を示します。正午は 12 giờ trưa（trưa は〈正午〉の意），深夜 0 時は 12 giờ đêm（đêm は〈夜〉の意）。

2）時間の聞き方は二通りです。

① Bây giờ là mấy giờ?　　　　　　今何時ですか。
→ Bây giờ là 5 giờ rưỡi sáng.　　午前5時半です。
② Bây giờ là mấy giờ rồi?　　　　今何時になりましたか。
→ Bây giờ là 5 giờ 30 phút chiều rồi.　午後5時30分になりました。
　　phút は〈分〉の意。会話では略してもかまいません。

Bây giờ là đúng 8 giờ tối.　　　今ちょうど夜の8時です。
Mấy giờ chúng ta đi?　　　　　何時に私たちは出かけますか。
Chúng ta đi lúc 10 giờ kém 15.　10時15分前に出かけます。
　　lúc は〈〈何時〉に〉, ... kém は〈…時より前〉の意。

【方向動詞】

ra, vào, lên, xuống はそれぞれ〈出る〉〈入る〉〈上がる〉〈下る〉の意で方向を示しますが，ra, vào にはベトナム国土内に対してだけ使う特殊な使い方があります。

1）北から南へ行くとき→ vào

 Ngày kia tôi từ Huế vào Mỹ Tho.
 明後日，私はフエからミトに行きます。

Huế は中部の都市，Mỹ Tho は南部の都市で共に有名な観光地です。

2）南から北へ行くとき→ ra

 Hôm nay bạn tôi định từ Nha Trang ra Đà Nẵng.
 今日私の友人はニャチャンからダナンに行く予定です。

Nha Trang も Đà Nẵng も中部の都市ですが，Nha Trang からみて Đà Nẵng は北にあります。

【比較級・最上級】

ベトナム語の比較の形は，同等級を bằng，比較級を hơn，最上級を nhất で示します。

 Anh Ngọc cao bằng bố anh ấy.
 ゴックさんはお父さんと同じくらい背が高いです。

  Ngọc：［玉］人名です。

 Và anh ấy béo hơn bố anh ấy.
 また，彼はお父さんより肥っています。

 Nhưng anh ấy yếu nhất trong gia đình.
 しかし彼は家族の中で一番体が弱いです。

  trong は〈～の中で〉〈～の中に〉の意。

🔊 **19** 　　　　　　　　　　読んで訳しましょう ………●

Bài tập 1.

　(1) −Cửa hàng này mở từ mấy giờ?

　(2) −Từ 8 giờ rưỡi sáng.

　(3) −Bây giờ là mấy giờ?

　(4) −Bây giờ là 8 giờ kém 10.

　　　(1) cửa hàng：〈店〉　cửa hàng ăn は〈食堂〉, cửa hàng bách hóa は bách hóa が〈百貨〉の意で〈デパート〉のこと。
　　　　 mở：〈開ける〉　なお mở cửa で〈扉を開ける〉〈開店する〉。(cửa は〈扉〉の意。対義語は đóng cửa〈閉店する〉。đóng は〈閉める〉の意。)

Bài tập 2.

　(1) −Chị thích nhất là quả nào?

　(2) −Quả nào tôi cũng rất thích, trừ sầu riêng.

　(3) −Tại sao chị không thích quả đó?

　(4) −Vì tôi không chịu được mùi quả đó.

　　　(2) trừ …：〈…以外〉〈…を除いて〉
　　　　 sầu riêng：〈ドリアン〉　果物の王様といわれるほど甘くておいしいが, 匂いが強烈です。
　　　(4) chịu：〈耐える〉〈がまんする〉
　　　　 mùi：〈匂い〉

Bài tập 3.

　(1) −Nhiều thời gian nhưng ít tiền.

　(2) −Của ít lòng nhiều.

　　　(1) thời gian：〈時間〉
　　　(2) của：〈物〉　ít などの数量形容詞の修飾する名詞が, 主語になることもあります。
　　　　 lòng：〈心〉

多民族国家ベトナム

ベトナムは54の民族から構成される国です。圧倒的に Việt（Kinh）族が多く人口の約9割近くを占めているので、都市部では少数民族の人にはめったに会えません。ですから独自の文化と伝統を持った少数民族に出会える、山岳地域を訪れる観光コースもあるようです。

中部地域を旅行すると、インド文化の影響を受けた建築物や石像などをあちこちで見ることができます。なかでもかつて Chàm〈チャム〉族が建国した Chămpa〈チャンパ〉の中心地として栄えた Đà Nẵng とその周辺には、チャムの重要な遺跡や博物館があります。

チャムの遺跡は、Việt 族の中国文化から影響を受けた建築物や仏像などとは大きく異なりますので、ベトナムの歴史の深さや複雑さを考えさせられます。特に、Đà Nẵng から少し離れた Mỹ Sơn の遺跡群は、宗教施設のみが建てられた聖地として知られています。十数年前に、雨の中を一時間半ほど歩き、服も靴もグシャグシャになってたどりつきましたが、そのかいは十分ありました。草が茂り、破損のあともおびただしいままながら、雨にうたれて黒くつややかな神像や建物はおごそかで力強いものでした。

今では比較的簡単に xe ôm〈バイクタクシー〉などで行くことができるようになりましたが、一方で当然ながら観光客も多いそうですから、ひとけの無いこの聖地を訪れることができたのは幸運だったと今は思っています。

Mỹ Sơn 遺跡

Bài 7 — Tôi muốn uống nước mía hay cà-phê đá.

私はさとうきびジュースかアイスコーヒーが飲みたい

(20) Hải : Moe ơi, chị đói chưa?

Moe : Dạ, chưa, nhưng tôi khát lắm.

Hải : Như vậy chúng ta đi uống nước nhé.

Moe : Đồng ý. Uống ở đâu?

Hải : Ở gần đây, có một quán giải khát nổi tiếng. 5

Moe : Tại sao nổi tiếng?

Hải : Vì sạch và tiếp đón lịch sự.

Moe : Ở đó có loại nước gì?

Hải : Trà, cà-phê, nước mía, nước chanh….

Moe : Hôm nay trời nóng lắm, tôi muốn uống nước mía 10
hay cà-phê đá.
Nếu có chè thì tôi cũng muốn ăn.

Hải : Còn tôi thì tôi chỉ cần bia thôi.

ハーイ：萌さん、お腹が空きましたか。
萌　　：いいえ。でものどが渇いたわ。
ハーイ：それじゃあ、お茶を飲みに行きましょう。
萌　　：いいですね。どこで飲みましょうか。
ハーイ：この近くに、有名な喫茶店があります。
萌　　：どうして有名なんですか。
ハーイ：清潔で客への対応がいいからですよ。
萌　　：そこにはどんな飲み物がありますか。
ハーイ：お茶、コーヒー、さとうきびジュース、チャインジュース……。
萌　　：今日はとても暑いから、私はさとうきびジュースかアイスコーヒー
　　　　が飲みたい。
　　　　もしチェーがあるなら食べてもいいわ。
ハーイ：私はビールだけで十分。

《語句》

1. đói：〈空腹だ〉　☞【感覚を示す言葉】
2. chưa：〈いいえ〉　☞ Bài 3【疑問文 đã … chưa?】
2. khát：[渇]〈のどが渇いた〉　☞【感覚を示す言葉】
3. như vậy：〈そのようなら〉〈それで〉　như thế とも言います。vậy, thế は〈そのように〉の意で、それ以前の会話の内容を受けています。

   Anh nói như thế thì phải làm như vậy.
   　あなたはそのように言うのなら、そのようにしなければなりません。
   　　　thì は〈もし〜なら〉の意。☞【仮定法】

3. đi：〈行く〉　後に動詞を置いて〈〜しに行く〉となります。
3. uống nước：uống は〈飲む〉、nước は〈水〉の意ですが、ここでは〈飲み物を飲む〉の意。

   Chị uống nước gì?　　　　　あなたは何を飲みますか。

3. nhé：〈〜ね〉　語末について催促や命令を示しますが、親しい間だけで使います。
4. đồng ý：[同意]〈同意する〉　このように、日本語にとても近く感じるものばかりだと、ベトナム語はもっと簡単なのですが。

   Ông ấy không bao giờ đồng ý với ý kiến của chúng tôi.
   　あの人は私たちの意見に一度も同意したことがありません。
   　　　không bao giờ (khi nào, lúc nào) は〈決して〜することはない〉の意。
   　　　đồng ý với …で〈…に賛成する〉、ý kiến は〈意見〉の意で、[意見] のベトナム式発音。

4. đâu：〈どこ〉　場所をたずねる疑問詞です。ở đâu で〈どこで〉の意。
   ☞ Bài 3【ở の使い方】

5. gần：〈近い〉〈〜の近くに〉
5. quán：[館]〈小さな商売の店〉　店には他に cửa hàng, hiệu, tiệm などの言い方があります。
5. giải khát：[解渇] giải は〈解放する〉、giải khát で〈のどの渇きを潤す〉、quán giải khát で〈喫茶店〉の意。

5. nổi tiếng：〈有名な〉

    Thành phố Huế nổi tiếng vì những ngôi chùa cổ.
    フエ市は古い寺院で有名です。
        ngôi は台座のあるものにつく類別詞です。chùa は〈寺〉，cổ は〈昔の〉〈古い〉の意で，対義語は kim〈今の〉。

7. sạch：〈清潔な〉
7. tiếp đón：〈もてなす〉〈迎える〉

    Chúng tôi được tiếp đón ở sân bay Nội Bài.
    私たちはノイバイ空港で歓迎を受けました。
        sân bay は〈空港〉の意。
        Nội Bài はハノイ郊外にある飛行場で，ベトナム北部に入るときには必ずお世話になるところです。

7. lịch sự：〈丁寧な〉〈上品な〉
8. loại：［類］〈種類〉
9. trà：〈お茶〉　☞【飲み物の種類】
9. nước mía：〈さとうきびジュース〉　mía は〈さとうきび〉の意です。
    ☞【飲み物の種類】
9. nước chanh：〈チャインのジュース〉　☞【飲み物の種類】
10. nóng：〈暑い〉〈熱い〉⟷ lạnh〈寒い〉〈冷たい〉　気温にも使います。

    Cà-phê này quá nóng nên tôi không uống được.
    このコーヒーは熱すぎるので，私は飲めません。
    Hôm qua trời nóng quá, hôm nay trời như thế nào?
    昨日は暑かったけれど，今日の天気はどうでしょう。

11. hay：〈あるいは〉　☞【hay と hoặc】
11. cà-phê đá：〈アイスコーヒー〉　đá は〈石〉の意で，nước đá（水の石すなわち氷）の略です。cà-phê đá は〈氷入りのコーヒー〉，日本でいう〈アイスコーヒー〉のこと。
12. nếu ～ thì …：〈もし～なら…〉　仮定を示します。☞【仮定法】
12. chè：〈チェー〉　果物を砂糖漬けした mứt や甘く煮た豆類が入っているぜんざいに似た甘いデザートです。種類もいろいろあります。

12. cũng：〈～でも〉〈やはり〉　Bài 2で既述の〈～もまた〉とは違う使い方です。

> Ngay cả tháng 12 tôi cũng đi bơi ở biển.
> 12月でも私は海に泳ぎに行きます。
>> ngay cả ～ cũng … は〈～でさえも…〉, bơi は〈泳ぐ〉の意。

12. ăn：〈食べる〉
13. cần：〈必要がある〉　「cần＋動詞」で〈～する必要がある〉となります。

> Nếu cần cái gì xin bà cứ gọi điện thoại.
> 何かご入り用でしたら, どうぞ電話をしてください。
>> nếu は〈もし～ならば〉の意。cứ は〈続ける〉の意ですが, ここでは命令形で〈どうあっても, かまわずに～せよ〉となります。

13. bia：ビール　☞【飲み物の種類】

《ポイント》

【感覚を示す言葉】

◎ 感覚を示す言葉を少し並べてみましょう。
- buồn：〈悲しい〉⟷ vui：〈うれしい〉
- buồn cười：〈おかしい〉　cười は〈笑う〉の意, この場合の buồn は生理的欲求を示します。
- buồn ngủ：〈眠い〉　ngủ は〈眠る〉の意。
- dễ chịu：〈快適な〉⟷ khó chịu：〈不快な〉
- sợ：〈恐ろしい〉

◎ 食事などで使う言葉
- đói：〈空腹の〉⟷ no：〈満腹な〉

> Thôi đừng thêm nữa, tôi no lắm rồi.　もう結構, お腹がいっぱいです。
>> thôi は話や行動の流れを止める時に使います。thêm は〈加える〉の意。nữa は〈さらに〉〈もっと〉の意。

- ngon：〈おいしい〉
- say：〈酔った〉

【飲み物の種類】

trà：[茶]〈お茶〉 chè とも言います。本文では甘いデザートをさす chè と区別するために trà を使いました。

    Anh cho chúng tôi 2 tách chè đen.　　私たちに紅茶を2杯下さい。

        tách は〈カップ〉の意。〈紅茶のポット〉は ấm chè と言います。đen は〈黒い〉の意で，chè đen は〈紅茶〉のこと。

nước ＋果物：〈その果物のジュース〉 ベトナムには chanh, cam などの果物や mía やココナツのジュースなどおいしいジュースが一杯あります。

cà-phê：〈コーヒー〉 フランス語の café が語源です。
bia chai：〈瓶ビール〉 chai は〈瓶〉の意。
bia hộp：〈缶ビール〉 hộp は〈箱〉〈缶〉の意。

    Cho tôi 2 chai bia.　　　　ビールを2本下さい。
    ここでの chai は数を示すために使っています。

rượu：〈酒〉

【hay と hoặc】

hay は Bài 4【quá, lắm, rất】で既述したように〈おもしろい〉の意がありますが，他にも多くの意味があります。

1）hay：〈よく〉〈たびたび〉

    Chị ấy hay viết thư cho tôi.
    彼女はたびたび私に手紙をくれます。
        viết は〈書く〉，thư は〈手紙〉の意。

2）hay：〈あるいは〉〈または〉

    Tôi muốn ăn miến xào hay bún chả.
    私はミエンサオかブンチャーを食べたい。
        miến は〈はるさめ〉，xào は〈炒める〉の意。ミエンサオは〈はるさめを使った焼きそば〉。bún は〈ビーフン〉。ブンチャーは bún を茹でて，chả という豚肉やエビを使った揚げ物と生野菜とともに食べる料理です。

3）hay：選択疑問詞で，どちらかを選びます。選択するものが3つ以上の場合でも hay を使います。

 Anh muốn ăn miến xào hay bún chả?
 ミエンサオかブンチャーかどちらを食べたいですか。

4）hoặc：〈あるいは〉 疑問文では使いません。

 Tôi muốn ăn miến xào hoặc bún chả.
 ミエンサオかブンチャーを食べたい。

お酒

ハノイの蒸し暑い夏に暑さ負けした身には，bia〈ビール〉でもなければ食事はのどを通りません。昼間からビールを飲んでいたので，気恥ずかしい思いをしましたが，ハノイではビールはお酒のうちに入っていないとか。
rượu〈酒〉は一般にアルコール度の強いものをさします。ベトナムの rượu は，米やもち米から造られ，lúa mới はベトナムを代表する，米から造られた度の強い蒸留酒です。rượu nếp〈もち米酒〉と同様，アルコールの原液のようで私にはとても飲めません。また果物（cam, chanh, dâu〈桑の実〉, dừa など）やコーヒーをアルコールにつけた果実酒や rượu vang〈ワイン〉などもあります。甘い香りにつられて，私も rượu cam〈カム酒〉や rượu cà-phê〈コーヒー酒〉は飲みましたが，翌日ひどい目にあいました。rượu thuốc〈薬草酒〉や日本でいう〈マムシ酒〉rượu rắn もあり，飲んだあとでとぐろをまいた蛇が酒の中に沈んだ瓶を見せられたこともあります。

【仮定法】

1) nếu 〜 thì ... は〈もし〜なら…〉の意（nếu が省略されて thì だけの場合もあります）。同様な使い方に có 〜 thì ..., hễ 〜 thì (là) ... （〜する時はいつでも…）があります。

 Nếu có thời gian rỗi thì anh ấy đi chơi bóng đá ngay.
 ひまな時間があれば，彼はすぐにサッカーをしに行きます。
  rỗi は〈ひまな〉, ngay は〈すぐに〉, chơi は〈スポーツをする〉, bóng đá は〈サッカー〉の意。サッカーはベトナムでとても人気があります。

 Hễ có chương trình bóng đá trên T.V. thì tôi xem.
 テレビでサッカーの番組があれば，私はいつも見ます。
  chương trình は〈番組〉〈プログラム〉, trên ... は〈…（の上）で〉, T.V. は〈テレビ〉の意。

2) 注意すべき用法に giá như 〜 thì ..., giá 〜 thì ... 〈もし〜なら…するのに〉があります。実際とは反対のことを想定していう場合に使います。次の例文では，彼女が嘘をついたので許さなかったということを意味しています。

 Giá như chị ấy không nói dối thì tôi đã tha thứ.
 もし彼女が嘘をつかなかったら，私は許したのに。
  dối は〈嘘〉, tha thứ は〈許す〉の意。

21 🔊   読んで訳しましょう …………●

Bài tập 1.
 (1) −Anh thích cà-phê, chè đen hay nước cam?
 (2) −Tôi thích chè đen nhất.

Bài tập 2.

    (1) – Chị có thích nghe nhạc không?

    (2) – Có, nhưng tôi thích xem tranh hơn.

    (3) – Tranh lụa hay tranh sơn dầu?

    (4) – Cả hai tôi đều thích.

        (1) nhạc：〈音楽〉 âm nhạc を略した言い方。âm nhạc cổ điển で〈クラシック音楽〉（cổ điển は〈古典〉の意），nhạc nhẹ で〈軽音楽〉の意。

        (3) tranh lụa：〈絹絵〉 絹の生地に描いた絵は土産物でよくみかけます。
            tranh sơn dầu：〈油絵〉 sơn dầu は〈油絵の油〉の意。

        (4) cả：〈全て〉〈全部〉

Bài tập 3.

    (1) – Nếu anh chưa ăn bánh tôm thì tôi làm cho anh.

    (2) – Cảm ơn chị. Tôi chưa bao giờ ăn bánh tôm.

    (3)   Bánh tôm là món người ta hay ăn ở vỉa hè, phải không?

    (4) – Đúng đấy. Rất rẻ và ngon. Người Nhật cũng thích ăn.

        (1) bánh tôm：〈海老のベトナム風かき揚げ〉
            làm：〈作る〉

        (2) chưa bao giờ …：〈まだ一度も…でない〉

        (3) món：〈料理〉〈品〉
            vỉa hè：〈道端〉

Bài tập 4.

    (1) – Nếu trúng giải nhất trong cuộc xổ số thì bạn tiêu vào việc gì?

    (2) – Tôi dùng để đi du lịch.

        (1) trúng：〈当選する〉〈当たる〉
            giải：〈賞〉
            nhất：〈最初の〉〈一番の〉
            xổ số：〈宝くじ〉 かなり大きな額のくじ引きが行われています。
            tiêu：〈消費する〉〈使う〉 tiêu vào … で〈…に消費する〉〈…に使う〉の意。

        (2) để …：〈…するために〉

Bài 8 — Tôi tự học ở nhà.
私は家でひとりで勉強しています

Moe : Tôi nghe nói mẹ chị về hưu năm trước, bây giờ bác làm gì?
Hoa : Mẹ tôi tự học ở nhà chị ạ.
Moe : Thế bác tự học gì?
Hoa : Học tiếng Anh và đàn pianô.
    Thật ra, đập pianô thì đúng hơn.
Moe : Chị nói đùa.
Hoa : Thật đấy. Sáng nào bà cũng luyện đàn pianô khoảng 1 tiếng, nhưng không tiến bộ gì hết.
Moe : Còn tiếng Anh? Bác tự học tiếng Anh để làm gì?
Hoa : Cũng vậy. Mẹ tôi nói rằng mẹ tôi muốn nói chuyện với mọi người trên thế giới bằng máy vi tính.
    Nhưng tiếng Anh thì quá khó đối với người già như mẹ tôi, mà không biết tiếng Anh thì làm sao bà dùng máy vi tính được.
Moe : Năm nay bác bao nhiêu tuổi rồi?
Hoa : 62 tuổi rồi.
Moe : Bác vẫn còn trẻ nhỉ. Tôi nghĩ rằng nếu bác tiếp tục tự học thì cả tiếng Anh lẫn pianô cũng sẽ giỏi.

萌　：あなたのお母さんは２～３年前に退職なさったそうですが，今は何をなさってますか。
ホア：母は家で自分で勉強しています。
萌　：で，何をですか。
ホア：英語とピアノを弾くことです。
　　　実際には，ピアノを叩くと言った方が正しいのですが。
萌　：冗談ばっかり。
ホア：本当ですよ。毎朝母は一時間程ピアノを練習していますが，全然上達しません。
萌　：英語の方は。お母さんは何のために英語を勉強しているのですか。
ホア：同じ様な状態です。母は世界中の人とコンピュータを使って話をしたいといっています。しかし英語は母のような年寄りには難しすぎます。英語を理解できなくて，どうしてコンピュータが使えるでしょうか。
萌　：今年お母さんはおいくつですか。
ホア：62歳です。
萌　：まだお若いですよ。続けていれば，英語もピアノも上手くなると思います。

《語句》

1. năm trước：〈前年〉または〈２～３年前〉。3 năm trước〈３年前〉と明確にすることもできます。同様に，6 năm sau で〈６年後〉の意。
2. tự：［自］〈自分で〉〈ひとりで〉〈独力で〉「tự＋動詞」で〈自分で～する〉の意。「動詞＋lấy」「tự＋動詞＋lấy」も同じ意です。

    Chị ấy tự may lấy tất cả quần áo của mình.
    彼女は自分の服を全て自分で縫います。
    　　may は〈縫う〉，quần áo は〈衣服〉，mình は〈自分〉の意。

2. học：［学］〈勉強する〉〈学習する〉
2. nhà：〈家〉
2. ạ：文末に付いて敬意を示します。
4. Anh：［英］〈イギリス〉

4. đàn：[弾]〈演奏する〉 chơi も同じ意で使います。

   Ông ấy là người chơi đàn ghi-ta khá.　彼はギターの名手です。
   　　　ghi-ta は〈ギター〉，この場合の đàn は〈楽器〉の意。khá は〈優秀な〉の意。

4. pianô：〈ピアノ〉
5. thật ra：〈本当に〉〈実は〉
5. đập：〈打つ〉〈叩く〉
6. đùa：〈ふざける〉 nói đùa は〈冗談を言う〉の意。
7. thật：〈本当の〉〈本当〉

   Bà ấy thường nói nửa đùa nửa thật.
   あの人はいつも半分冗談，半分本当のことを言います。
   　　　thường は〈常に〉の意。

7. sáng：〈朝〉
7. bà：本来は〈祖母〉の意。年配の女性や地位のある女性などを示します。bà ấy と考えたほうが訳しやすいと思います。ここでは，自分の母親を示しています。
7. luyện：[練]〈練習する〉 tập（[習]のベトナム式発音）とも言います。

   Cả ngày những học sinh đó đã luyện đá bóng vào lưới.
   その生徒たちは一日中ネットにボールを蹴り入れる練習をしました。
   　　　cả ngày は〈一日中〉，học sinh は小学校から高校までの〈生徒〉〈学生〉をさします。đá は〈蹴る〉，bóng は〈ボール〉，lưới は〈網〉の意。

8. tiếng：〈時間〉 他に〈言葉〉の意もありますので，区別を明確にする時は đồng hồ をつけます。

   Mỗi ngày chị học tiếng Việt mấy tiếng đồng hồ?
   あなたは毎日何時間ベトナム語を勉強しますか。

8. tiến bộ：[進歩]〈進歩する〉

   Y học dạo này rất tiến bộ.　医学は最近とても進歩しました。
   　　　y học は〈医学〉，dạo này は〈最近〉の意。

8. hết：文末につけて否定を強調します。☞【否定文の中の疑問詞】

9. để :〈～するために〉

10. vậy :〈そのように〉 thế, như vậy, như thế も同じ意。

10. rằng :〈以下のことを〉 接続詞です。là でおきかえることもできます。
「動詞＋rằng/là ...」で〈...を～する〉となります。

> Người ta tin rằng chính nghĩa nhất định thắng lợi.
> 人々は正義は必ず勝つと信じています。
>> tin は〈信じる〉, chính nghĩa は〈正義〉, nhất định は〈必ず〉, thắng lợi は〈勝利する〉の意。

10. nói chuyện :〈意見をかわす〉〈会話する〉

10. với ... :〈...に〉 nói với ... で〈...に話す〉, nói chuyện với ... で〈...に話をする〉の意。

> Anh tôi đã nói với bố tôi rằng anh ấy muốn sang Nhật học.
> 兄は父に日本に留学したいと言いました。
>> sang は〈渡る〉の意。

> Các sinh viên đang nói chuyện với nhau về tình hình trong nước.
> 学生たちは国内情勢について話し合っています。
>> tình hình は〈状況〉〈情勢〉の意。
>> đang は動作の進行を示します。☞【時制を示す言葉】

10. mọi :〈全ての〉

> Mùa đông này mọi người trong gia đình tôi đều bị cảm nặng.
> この冬，家族全員が重い風邪をひきました。
>> cảm は bị cảm で〈風邪をひく〉の意。

11. trên :〈上〉 ☞ Bài 11【位置を示す言葉】

11. thế giới :［世界］〈世界〉

> Núi nào cao nhất thế giới? 世界で一番高いのはどの山ですか。

11. bằng ... :〈...を使って〉

> Chúng ta phải đến đó nội trong hôm nay bằng mọi cách.
> 私たちはあらゆる方法をとって今日中にそこへ行かなければなりません。
>> nội trong ... は〈...の内に〉, cách は〈方法〉〈仕方〉の意。

11. máy vi tính (máy tính)：〈コンピュータ〉

12. quá：〈～すぎる〉　被修飾語の前に置いた場合の意味です。

☞ Bài 4【quá, lắm, rất】

12. khó：〈困難な〉〈難しい〉

12. đối với：〈～にとって〉〈～に対して〉

12. người già：〈老人〉　già は〈年老いた〉の意。

12. như …：［如］〈…のように〉

13. mà ～ thì …：〈もし～だったら…〉

13. biết：〈(学習，訓練して) できる〉

13. làm sao (mà) … được：〈どうして…できようか〉

☞【反語的な使い方】

13. dùng：〈使う〉

15. tuổi：〈年齢〉　☞【年齢の聞き方】

17. vẫn còn：〈やはり〉〈まだ～である〉

Tôi vẫn còn làm ở chỗ cũ.　私は相変わらず同じ所で働いています。

chỗ は〈場所〉，cũ は〈古い〉の意ですが，ここでは〈もとの〉の意。対義語は mới〈新しい〉。

17. trẻ：〈若い〉⟷ già〈年老いた〉

17. nghĩ：〈考える〉〈思う〉

17. tiếp tục：［接続］〈～し続ける〉

Người ta đã tiếp tục làm việc cho đến khi trời tối.
人々は暗くなるまで働き続けました。

cho đến khi … は〈…の時まで〉の意。

18. cả ～ lẫn …：〈～も…も〉

Cả anh lẫn chị của tôi đều sống ở nước ngoài.
私の兄も姉も皆，外国に住んでいます。

nước ngoài は〈外国〉の意。

18. sẽ：〈～でしょう〉　未来を示します。☞【時制を示す言葉】

18. giỏi：〈上手な〉〈～がうまい〉⟷ kém〈下手な〉

《ポイント》

【人称の使い方】

ベトナム語では，親しくなれば人称の使い方も変化します。あなたが，自分の親の世代の人に初対面で呼びかける時は，ông, bà を使うのが一番安全ですが（自分をさす時は tôi でよい），親しくなれば，bác（伯父さん，伯母さん）と呼びかけ，自分をさす時は cháu（甥，姪）を使います。親類になったと想定すればよいのです。友人同士でも，ごく親しくなれば anh (chị) と em を使います。兄弟姉妹になったのです。このように，状況に応じて対応するのは大変ですが，ベトナム人自身も難しいと言っていますから，少しずつ慣れるしかありません。

【否定文の中の疑問詞】

疑問詞が否定文で使用される場合は，完全な否定，否定の強調を示します。

　　Điện thoại reo rất lâu, nhưng không có ai nhấc máy cả.
　　電話がずっと鳴っているのに，誰も取りません。
　　　　reo は〈鳴る〉〈呼ぶ〉，nhấc は〈引き上げる〉の意。máy はここでは〈電話機〉のこと。cả は否定を強調します。

　　Tôi không thể tìm được chìa khóa nhà ở đâu cả.
　　私は家の鍵をどこにも見つけることができません。
　　　　không thể ... (được) は〈…できない〉の意。chìa khóa は〈鍵〉の意。

本文中の không tiến bộ gì hết も，〈何の進歩もない〉→〈全く進歩がない〉と強く否定するように訳します。

【反語的な使い方】

疑問のような形をとりますが，実は強い断定の意味をもった言い方を反語的な使い方と言います。

1）肯定文で否定の意味を示す場合

> Chị có biết anh ấy đi xem kịch với ai không?
> あなたは彼が誰かと劇を見に行ったことを知っていますか。
>
> > với ... は〈…と一緒に〉の意。

この質問に対する以下のような返事が反語的な言い方です。

> Làm sao mà tôi biết được.
> どうして知ることができるでしょうか → わかるはずがありません。

làm sao (mà) ... được は〈どうして…できようか，いやできない〉の意です。
làm gì (mà) ... được も同じ使い方です。
疑問詞 ai を使った反語的な言い方の例も一つあげてみましょう。

> Ai mà hiểu được anh ấy.
> 誰が彼を理解できるでしょう → 誰もできません。
>
> > hiểu は〈理解する〉の意。

2）否定文で肯定の意味を示す場合

> Bao giờ bà chẳng đúng.
> いつあなたは正しくないか → あなたはいつも正しい。
>
> > chẳng は không と同じ意味でやや強めです。

> Chúng tôi chẳng hay đến đây gặp họ là gì.
> 私たちは何度もここに来て彼らに会っていないのか → 会っている。
>
> > chẳng (không) ... là gì は〈…ではないのか（いや〜である）〉の意。

【時制を示す言葉】

基本的な時制の言葉は đã, đang, sẽ です。しかし時間を示す言葉がある場合や内容から時制が分かる場合は，時制をつけずに話すのが普通です。

1) đã ... : 過去〈…した〉

Tôi đã đến chơi nhà chị Thủy. 私はトゥイさんの家に遊びに行きました。
Thủy は［水］のベトナム式発音。人名です。

Năm kia anh Long đi học kinh tế học ở Đức.
一昨年ロンさんはドイツへ経済学を学びに行きました。
Long は［竜］のベトナム式発音。人名です。kinh tế は〈経済〉，kinh tế học は〈経済学〉の意。năm kia で過去の出来事であると明白にわかりますから，この場合には đã は言わなくてもかまいません。

2) đã ... rồi : 過去完了〈もう…してしまった〉

Khi tôi tới, cô giáo đã bắt đầu dạy rồi.
私が来たとき，先生はすでに授業を始めていました。
khi ... は〈…の時〉，tới は〈来る〉，cô giáo は〈女の先生〉，bắt đầu は〈始める〉，「bắt đầu ＋動詞」は〈～し始める〉の意。

3) đã ... rồi : 現在完了〈もう…した〉

Tôi đã xem phim này rồi. この映画はもう見ました。

4) đang ... : 進行〈…している〉 どの時制でも使うことができます。

Trong khi anh đang ngủ trưa thì tôi đã làm bài tập.
あなたが昼寝をしている間に，私は宿題をしました。
trong khi ... thì は〈…の間に〉，ngủ trưa は〈昼寝〉の意。

5) sẽ ... : 未来〈…するだろう〉

Đứa bé này sẽ trở thành người có ích.
この子は社会の役に立つ人になるでしょう。
đứa は子供につける類別詞，đứa bé で〈子供〉の意。trở thành は〈～になる〉，có ích は〈役に立つ〉〈有益な〉の意。

【年齢の聞き方】

  Năm nay anh bao nhiêu tuổi? 今年おいくつですか。
  Năm nay tôi 32 tuổi.   32歳です。

年齢を言う場合は tuổi のみで動詞は必要ありません。その年になる年齢を答えます。また10歳以下の子供へは次のように言います。

  Em gái chị lên mấy tuổi? あなたの妹はいくつになりましたか。
  lên は〈～歳になる〉の意です。

Hiệu sách Thăng long〈タンロン書店〉
Thăng long は〈昇竜〉すなわちハノイの旧名
開店したばかりのハノイ最大の書店

読んで訳しましょう

Bài tập 1.

(1) −Chào anh. Tôi tự giới thiệu, tôi tên là Saeki, người Nhật.

(2) −Chào chị. Xin chị cứ tự nhiên.

(3) Chị có muốn hút thuốc lá không?

(4) −Cám ơn anh, tôi không hút.

  (2) tự nhiên：〈自然に〉

Bài tập 2.

(1) −Tôi không thể hiểu được anh nói gì.

Bài tập 3.

(1) −Tại sao ông không có T.V.?

(2) −Làm sao mà tôi phải có T.V.

(3) Tôi không thích xem T.V., tôi đang và sẽ không có nó.

  (3) nó：〈それ〉 物をさす場合に使います。三人称単数形です。

Bài tập 4.

(1) −Tôi nghe nói chị sang Việt Nam tháng trước.

(2) Chị thấy Việt Nam như thế nào?

(3) −Tôi thấy rằng người Việt rất thân thiện đối với khách du lịch.

  (2) thấy：〈感じる〉〈思う〉

  (3) thân thiện：〈友好的な〉

Bài 9

Hỏi đường.
道をたずねる

Moe : Xin lỗi bà, bà có biết ngân hàng T.S. ở phố nào không?
Tôi không tìm được ngân hàng đó trên bản đồ này.
Người đàn bà : Có. Ngân hàng đó ở phố Hai Bà Trưng.
Moe : Tôi không hiểu. Tôi chưa biết tiếng Việt nhiều lắm.
Xin bà viết tên phố đó vào đây cho tôi.   5
Từ đây đến phố đó có xa không?
Người đàn bà : Không xa lắm, đi xe đạp mất khoảng 15 phút.
Chị đi thẳng đến ngã tư thứ 3 thì rẽ bên trái,
sau đó đi đến ngã ba thì rẽ bên phải.
Ngân hàng đó ở phía trái. Chị đã hiểu chưa?   10
Moe : Tôi hiểu rồi. Ngân hàng T.S. có biển không?
Người đàn bà : Có chứ, một tấm biển to lắm.
Moe : Ở đó có người nào nói được tiếng Anh không?
Người đàn bà : Tôi chưa bao giờ đi đến đó nên tôi không biết liệu
có hay không. Nhưng chắc là có, vì tôi thấy có nhiều   15
người nước ngoài ra vào đó.

```
萌　　：失礼ですが，ティーエス銀行はどの通りにあるかご存じですか。
　　　　この地図でその銀行を見つけることができないのです。
女性　：知ってますよ。ハイバーチュン通りにあります。
萌　　：わかりません。私はまだベトナム語が少ししかできません。
　　　　ここにその通りの名前を書いて下さい。
　　　　ここからその通りまでは遠いですか。
女性　：あまり遠くありませんよ。自転車で15分ぐらいです。
　　　　まっすぐ行って3番目の十字路についたら左に曲がり，
　　　　次に三叉路にでたら右に曲がりなさい。
　　　　左の方にその銀行があります。わかりましたか。
萌　　：わかりました。ティーエス銀行には看板がでていますか。
```

女性：でてますとも，大きいのが．
萌　：そこには誰か英語を話せる人がいますか．
女性：私は一度も行ったことがないので，いるかどうか知りません．
　　　でもたぶんいるでしょう．
　　　そこへ出入りする多くの外国人がいるのを見かけますから．

《語句》

0. hỏi：〈たずねる〉
0. đường：〈道〉
1. xin lỗi ～：二人称をつけて〈すみません〉〈申し訳ありません〉の意．呼びかけでも，あやまる場合でも使います．
1. ngân hàng：［銀行］〈銀行〉　なおティーエス銀行は実在のものではありません．
1. phố：〈街〉〈大通り〉
1. nào：〈どの〉〈どちらの〉　選択する場合の疑問詞です．☞【疑問文の中の疑問詞】
2. trên：〈～で〉　事柄や活動の行われる場所を示します．
2. bản đồ：［版図］〈地図〉　sơ đồ〈略図〉も覚えて下さい．
3. Hai Bà Trưng：1世紀中頃中国の支配に抗した女性の指導者，徴（Trưng）姉妹のことです．二人の姿を描いた絹絵や絵皿などのお土産もあります．
4. hiểu：〈理解する〉
5. xin：〈～して下さい〉　丁寧語．人に依頼するときに文頭につけます．

　　Xin vẽ cho tôi sơ đồ đường đến nhà chị.
　　あなたの家までの道の略図を描いて下さい．
　　　　vẽ は〈描く〉の意．

ハノイ市内は，番地が偶数列と奇数列に通りの両側で別れています．地図の北から南へ，東から西へ番地が順番に並んでいます．数の若い方から順に進んでいくと通りの右手が偶数，左手が奇数になります．

5. viết：〈書く〉

5. vào：動詞の方向を示します。ここでは viét ～ vào ...で〈～を…へ書く〉となります。

6. từ ～ đến ...：〈～から…まで〉 時間にも空間にも使えます。

> Từ xưa đến nay nhân loại luôn luôn phải đấu tranh với nhiều khó khăn : thiên tai, bệnh tật....
> 昔から今にいたるまで，人類は常に天災や病気など多くの困難と闘わねばなりませんでした。
>
>> xưa は〈昔〉, nhân loại は〈人類〉, luôn luôn は〈いつも〉, đấu tranh は〈闘う〉, đấu tranh với ... で〈…と戦う〉, khó khăn は〈困難〉, thiên tai は〈天災〉, bệnh tật は〈病気〉の意.

6. xa：〈遠い〉〈～から遠くに〉 ⟷ gần

7. không ... lắm：〈あまり…でない〉 部分否定です。

7. đi：「đi ＋乗物」で，〈～（の乗物）で行く〉の意。bằng を加えて「đi bằng ＋乗物」とも言えます。

7. xe đạp：〈自転車〉 xe は〈車〉, đạp は〈踏む〉の意。ベトナムでの主な乗物を以下にあげてみましょう。

> xe ô-tô：〈自動車〉　　xe buýt：〈バス〉　　xe ôm：〈バイクタクシー〉
> xe xích-lô：〈シクロ〉　xe tắc-xi：〈タクシー〉　xe lửa：〈汽車〉

7. mất：〈時間がかかる〉〈費用がかかる〉の意もあります。

> Sách này phải mất 2 ngày mới đọc xong.
> この本は読むのに二日かかります。
>
>> sách は〈本〉, phải ... mới は〈…してはじめて〉, xong は〈～し終える〉の意。
>
> Tôi mất 2 ngày để đọc xong sách này.
> 私はこの本を読むのに二日かかりました。

7. phút：〈分（時間）〉 ついでに〈秒〉は giây です。

8. thẳng：〈まっすぐ〉⟷ cong〈曲がった〉

8. đến：〈～まで〉

8. ngã：〈道が交差している場所〉 ngã ba は〈三叉路〉, ngã tư は〈十字路〉。

8. thứ：数詞の前に置いて〈第～番目〉の意。

8. thì：〈もし～ならば〉 条件や仮定を示します。☞ Bài 7【仮定法】

8. rẽ:〈曲がる〉
8. trái:〈左の〉　bên trái は〈左側〉の意。
9. sau đó:〈その後〉　前に述べた内容を受けます。
9. phải:〈右の〉　bên phải で〈右側〉の意。
10. phía:〈方向〉　phía trái で〈左の方〉　☞【方向・方位を示す言葉】
11. biển:〈看板〉　類別詞は tấm をとります。
12. tấm:薄くて長く，方形のものにつける類別詞です。vải〈布〉，văn〈板〉，ảnh, bản đồ など。vé〈切符〉，bưu thiếp〈葉書〉にも使えます。
12. to:〈大きい〉⟷ nhỏ, bé〈小さい〉
13. người nào:〈誰〉ai と同じ意です。
14. chưa bao giờ:〈今まで〜したことは一度もない〉〈今までに〜であったことなどない〉
14. liệu:〈考慮する〉　疑問文で使われる場合，可能かどうか疑わしい気持ちをこめて考慮することを示します。

  Liệu chị ấy có đến đây vào giờ hẹn không?
  彼女は約束の時間にここにくるでしょうか。

15. chắc là:〈きっと〜だろう〉
15. thấy:〈見る〉〈見える〉
16. nước ngoài:〈外国〉
16. ra vào:〈出入りする〉

Hai Bà Trưng〈チュン姉妹〉
象に乗って闘う姉妹を描いたレリーフ

《ポイント》

【疑問文の中の疑問詞】

本文の例からみてみましょう。

① Ngân hàng T.S. ở phố nào?
② Bà có biết ngân hàng T.S. ở phố nào không?

①は疑問詞 nào を使った疑問文で、「ティーエス銀行はどの通りにありますか」の意です。

②は nào が疑問文 có ... không? の中にあります。この場合, nào は疑問詞の機能をもちません。質問されているのは, có ... không? の中の動詞 biết です。「ティーエス銀行はどの通りにあるか知ってますか」となります。
疑問詞 ai を使った次の文も同様です。

① Anh muốn gặp ai?　　　　　誰に会いたいのですか。
② Anh có muốn gặp ai không?　誰かに会いたいのですか。

②は,「会いたいかどうか」をたずねているのです。

【方向・方位を示す言葉】

1) 前後左右は phía を使って以下のように言います。
　　phía phải:〈右の方〉　　　phía trước:〈前の方〉
　　phía trái:〈左の方〉　　　phía sau:〈後の方〉

2) 方位は phía もしくは phương〈〜の方〉をつけます。
　　phía đông:〈東〉　　　　phía tây:〈西〉
　　phía nam:〈南〉　　　　phía bắc:〈北〉

3) 漠然とこちら, あちらをさす場合も, phía もしくは đằng を使います。
　　phía này:〈こちら〉　　　phía đó:〈そちら〉
　　phía kia:〈あちら〉　　　phía nào:〈どちら〉

読んで訳しましょう

Bài tập 1.

(1) –Ở khách sạn này có phòng ăn ở đâu không?

(2) –Dạ, có. Phòng ăn ở tầng 1.

(3) –Ăn xong, tôi phải trả tiền ở phòng ăn, phải không?

(4) –Dạ, chị trả tiền ở đó hay viết số phòng chị vào hóa đơn cũng được.

  (1) phòng ăn：〈食堂〉 nhà ăn とも言います。
  (2) tầng：〈階〉
  (3) trả：〈支払う〉
  (4) số：〈番号〉
  (4) hóa đơn：〈勘定書〉

Bài tập 2.

(1) –Xin chị cho chúng tôi biết, theo bản đồ này chúng tôi đang ở đâu?

(2) –Đây ạ. Các anh đang ở phố Tràng Thi.

(3) –Chúng tôi muốn đi đến Viện bảo tàng Mỹ thuật.

(4) Đi bộ mất khoảng bao lâu?

(5) –Từ đây đi thẳng khoảng 10 phút.

  (1) theo …：〈…によると〉
  (2) Tràng Thi：〈試験場〉の意があります。phố Tràng Thi は phố Hai Bà Trưng に並行する通りで、ここを西に向かうと美術館や Văn Miếu 〈文廟〉があります。
  (3) Viện bảo tàng Mỹ thuật：〈美術館〉 viện は〈館〉、bảo tàng は〈宝物〉、viện bảo tàng で〈博物館〉の意。mỹ thuật は〈美術〉の意。
  (4) đi bộ：〈歩く〉〈歩いていく〉

Bài 10 Chuyện cười.
笑い話

(26) Moe : À, mãi tôi mới hiểu.
　　　Lan : Ôi, chị làm tôi giật mình.
　　　　　　Tại sao chị nói to thế?
　　　Moe : Lan, thì chị hãy đọc thử chuyện này xem đã.
　　　　　　– A-lô, trường tiểu học Hà Nội đây.
　　　　　　– Cho tôi gặp cô Tuyết.
　　　　　　– Vâng, tôi đây.
　　　　　　– Chào cô, tôi xin phép cô cho cháu Văn nghỉ học.
　　　　　　　Hôm nay cháu bị cảm.
　　　　　　– Nhưng ai đang nói với tôi đấy?
　　　　　　– Thưa cô, bố em ạ.
　　　Moe : Đọc lần đầu tiên, tôi không hiểu chuyện cười này chỗ nào
　　　　　　đáng cười.
　　　　　　Tôi phải đọc đi đọc lại nhiều lần mới hiểu.
　　　Lan : Lần sau, để tôi mang đến cho chị một cuốn truyện cười hay
　　　　　　hơn.
　　　Moe : Cảm ơn chị, tôi rất mong được đọc.

　　　　　　萌　：ああ，やっと分かったわ。
　　　　　　ラン：あ，びっくりした。どうしてそんな大声をだしたの。
　　　　　　萌　：ランさん，まずこれを読んでみて。
　　　　　　　　　－もしもし，ハノイ小学校です。
　　　　　　　　　－トゥエット先生をお願いします。
　　　　　　　　　－はい私です。
　　　　　　　　　－こんにちは，先生。子供のバンを休ませたいのですが。
　　　　　　　　　　風邪をひいてますので。
　　　　　　　　　－ところで，今話していらっしゃるのはどなたですか。

　　　　　－はい先生，僕の父です。
　　萌　：はじめ，この笑い話のどこがおもしろいのか全然わからなかった。
　　　　　何度も繰り返して読まなければならなかったわ。
　　ラン：今度もっとおもしろい笑い話の本を持ってきてあげましょう。
　　萌　：ありがとう，楽しみにしているわ。

　　　　　※本文中の笑い話は，Nguyễn Minh Thuết, *Tiếng Việt cấp tốc*, Nhà xuất bản giáo dục, Hà Nội, 1995, tr. 73–74 より一部書き換えて引用。

《語句》

1. mãi … mới：〈ずっと…してようやく〉　☞【mới の使い方】
2. ôi：〈ああ〉　驚いた時などに使います。☞【感嘆詞】
2. làm：〈～させる〉　☞【使役動詞】
2. giật mình：〈驚く〉
3. to：〈声が大きい〉〈高い〉
4. thì：文頭において強調で使います。翻訳は状況に合わせてください。
4. hãy：〈～しなさい〉　☞【命令形Ⅱ】
4. đọc：〈読む〉
4. thử：〈試みる〉
4. chuyện：〈話〉
4. xem：〈～してみる〉　動詞の後か文末につけます。

　　　Tôi đã tính xem trong ví tôi còn bao nhiêu tiền.
　　　財布にいくら残っているか数えてみました。
　　　　　tính は〈数える〉，ví は〈財布〉，còn は〈残る〉の意。

4. đã：文末において〈まず〉〈最初に〉の意。

　　　Mở cửa ra đã, rồi mới bật đèn.　まず窓を開けてから，灯をつけなさい。
　　　　　ra は内から外へ，狭いところから広いところへの方向を示し，ここでは〈窓を開け広げる〉の意になります。rồi は〈そして〉〈それから〉の意。bật は〈灯をつける〉で，対義語は tắt〈灯を消す〉。đèn は〈電灯〉の意。

5. a-lô：〈もしもし〉　電話で呼びかける時に使います。
電話のかけ方は☞ Bài 14【電話の用語】

5. trường：〈学校〉

5. tiểu học：[小学]〈初等教育〉　trường tiểu học で〈小学校〉の意。ベトナムは5年間が義務制で，9月入学です。

6. gặp：本来は〈会う〉の意ですが，ここでは〈話したい〉となります。

6. cô：〈先生〉　cô giáo〈女の先生〉に対する言い方です。男の先生には thầy と呼びかけます。

6. Tuyết：[雪]　女性名です。

8. xin phép：phép は〈許可〉，xin は〈願う〉〈請う〉で〈許可を願う〉の意ですが，あいさつで〈失礼して～する〉の意になります。

  Tôi xin phép về trước.　　　　お先に失礼します。
   trước は〈先に〉の意。

8. cháu：親族名称では〈孫〉〈甥，姪〉の意ですが，ここでは自分の子供を示しています。

8. Văn：[文]　人名です。

8. nghỉ：〈休む〉

  Anh đã nghỉ đủ để làm việc tiếp chưa?
  仕事を続けられるだけ充分休みましたか。
   đủ は〈充分な〉，tiếp は〈続ける〉の意。

9. (bị) cảm：〈風邪をひく〉　☞ Bài 12【病気・けがの言い方】

10. đang：〈～している〉　動詞の進行形を示します。☞ Bài 8【時制を示す言葉】

11. thưa：目上の人への呼びかけで使い，敬意を示します。日本語への翻訳は難しい。

12. đầu tiên：[頭先]　〈最初〉〈最初に〉

12. cười：〈笑う〉　chuyện cười で〈笑い話〉の意。

12. chỗ：〈場所〉

13. đáng：〈～に値する〉〈当然だ〉

14. phải ... mới：〈～してはじめて〉　☞【mới の使い方】

14. ... đi ... lại：〈繰り返し…する〉

   Ông ấy đã nói đi nói lại với chúng tôi về chuyện du lịch nước ngoài.
   あの人は私たちに何度も海外旅行について話をしました。

15. lần sau：〈次回〉

   Lần sau Đại hội Ôlimpic được tổ chức ở đâu?
   次回のオリンピックはどこで開かれますか。

   đại hội は〈大会〉, Ôlimpic は〈オリンピック〉, tổ chức は〈組織する〉の意ですが〈開催する〉〈開く〉となります。

15. mang：〈運ぶ〉

   Anh mang hành lý này của tôi vào phòng.
   私のこのトランクを部屋に運んで下さい。

   hành lý は〈トランク〉の意。

15. đến：〈来る〉〈達する〉　mang đến で〈持って来る〉の意。

15. cuốn：類別詞で［巻］のベトナム式発音です。quyển とも言います。sách〈本〉, vở〈ノート〉などに使います。

15. truyện：〈物語〉〈小説〉

   Tôi phải dịch xong truyện ngắn Nhật Bản này sang tiếng Việt trước ngày mai.
   私は明日までにこの日本の短編小説をベトナム語に翻訳し終えなければなりません。

   dịch は〈翻訳する〉, truyện ngắn は〈短編小説〉の意（〈長編小説〉は truyện dài）。sang ... は〈…へ〉, trước は〈まで〉の意。

15. hay：〈おもしろい〉〈興味深い〉

17. mong：〈期待する〉

   Ngày hôm nay là ngày mà chúng tôi đã mong đợi nó đến từ lâu.
   今日という日は私たちが来るのをずっと待ち続けた日です。

   mà は関係代名詞の使い方です。mong đợi は〈ずっと期待を持って待つ〉, lâu は〈以前〉〈昔〉の意。

《ポイント》

【感嘆詞】

文頭で使う主な言葉です。それぞれ以下のような時に使います。
à：驚いた時や思い出した時
ái：痛い時や驚いた時
ôi：痛い時や驚いた時
ô：感動した時や思い出した時

【mới の使い方】

1) mới：〈新しい〉

  Chúc mừng năm mới.　　　　新年おめでとう。
   chúc mừng は〈祝う〉、mới は〈新しい〉で năm を修飾して〈新年〉の意。

2) mới：〈～したばかり〉

  Hai anh chị mới cưới.　　　　二人は結婚したばかりです。
   cưới は〈結婚式をあげる〉の意。mới は動詞の前において〈～したばかり〉の意。vừa mới とも言います。

3) mới：〈～してはじめて〉〈ようやく〉

  có … (thì) … mới, phải … mới, mãi … mới などの使い方があります。
  Có đi xa thì người ta mới nhớ nhà.
  遠く離れてはじめて人は家を懐かしく想います。
   có は強意で、có … (thì) … mới で仮定を示します。nhớ は〈思い出す〉の意。

  Phải có độc lập mới có tự do và quyền lợi được.
  独立してはじめて自由と権利が得られる。
   phải … mới は〈…しなければならない、そしてはじめて〉の意。độc lập は〈独立〉、tự do は〈自由〉、quyền lợi は〈権利〉の意。

  Tiếp tục tập mãi anh ấy mới chạy được thế này.
  練習を続けてようやく、彼はこのように走ることができました。
   chạy は〈走る〉の意。

【使役動詞】

1)「～に…させる」の意をもつ使役動詞には，làm, cho, để などがあります。

  Chị làm tôi giật mình.   あなたは私を驚かせました。

  Đừng cho con chị chơi đến khuya. あなたの子供を夜中まで遊ばせるな。
   khuya は〈深夜〉〈真夜中〉の意。

  Để anh ấy làm.   彼にやらせておきなさい。

他に，nhờ〈頼む〉，bảo〈命じる〉〈告げる〉，yêu cầu〈要求する〉などがよく用いられます。

2)「～を…の状態にさせる，変化させる」の意をもつ動詞には，làm, làm cho, khiến, khiến cho, gây, gây cho などがあります。

  Anh ấy luôn luôn làm cho cả gia đình lo lắng.
  彼はいつも家族を心配させています。
   lo lắng は〈心配する〉の意。

  Câu trả lời của chị ấy khiến tôi buồn.
  彼女の返事は私を悲しませました。
   câu は〈言葉〉, trả lời は〈返事〉の意。khiến は主語に無生物をとります。

  Cơn bão số 19 gây nhiều thiệt hại cho nông dân.
  台風19号は農民に多くの被害をもたらしました。
   cơn は嵐や風などにつける類別詞。bão は〈台風〉, gây は〈害を与える，ひきおこす〉, thiệt hại は〈被害〉, nông dân は〈農民〉の意。

【命令形Ⅱ】

命令形をもう少しみてみましょう。Bài 1【命令形Ⅰ】も参照して下さい。

1）hãy：動詞の前に置いて要求の意思を示します。

  Chị hãy đợi đến ngày mai nhé.　　　明日まで待ってね。

2）đi：文末において命令を示します。下の例文では chúng ta … đi で〈…しましょう〉の意。

  Đến giờ rồi, chúng ta bắt đầu làm đi.　　時間になりました。始めましょう。
  đến giờ は〈(〜の) 時間になる〉の意。

3）禁止命令：đừng〈〜するな〉〈〜しないで〉, chớ〈〜すべきでない〉, cấm〈禁ずる〉などがあります。

  Bạn đừng khóc nữa.　　　　もう泣かないで。
  khóc は〈泣く〉の意。

  Anh chớ quên viết thư.　　　手紙を書くのを忘れないで。
  quên は〈忘れる〉の意。

  Cấm đỗ xe.　　　　　　　　駐車禁止。
  đỗ は〈停まる〉の意。

Chè thập cẩm cũ
〈元祖チェータップカム〉
cũ は品質が古いといってるのではなく
〈元祖〉〈本家〉〈老舗〉のような意
thập cẩm は〈いろいろな種類の具が入っている〉の意

(27) 読んで訳しましょう ……●

Bài tập 1.

   (1) –A-lô, đây là phòng 638.

   (2) –Dạ, chị cần gì?

   (3) –Tủ lạnh không chạy.

   (4) – Tôi sẽ bảo người nào đến xem ngay.

      (3) tủ lạnh :〈冷蔵庫〉
          chạy :〈動く〉

Bài tập 2.

   (1) –Để con xách hộ bố túi.

   (2) –Cảm ơn con. À, cẩn thận nhé.

   (3) Trong túi đó có những cái quý.

   (4) –Ôi, con bị tuột tay rồi!

   (5) –Bố đã nói mà.

      (1) xách :〈提げる〉
          hộ :〈助ける〉 「動詞＋hộ」で〈〜するのを手助けする〉となります。giúp, giùm も同様に使います。
      (2) cẩn thận :〈注意深く〉
      (3) quý :〈貴重な〉〈貴い〉
      (4) tuột :〈滑り落ちる〉 tuột tay で〈手から滑り落ちる〉の意。
      (5) mà : 文末において，不満や非難の意を示します。

Bài 11 | Tại một nhà thờ đạo Bác ái.
バックアイ教の礼拝堂にて

(28) ⟨Trong nhà thờ đạo Bác ái⟩

Hoa : Im lặng nhé!

Moe : Hình như người ta đang dự lễ.

Hoa : Hôm nay là chủ nhật nên đông người hơn mọi ngày.

⟨Ngoài nhà thờ đạo Bác ái⟩   5

Hoa : Nhà thờ này được xây dựng khoảng 200 năm trước.

Moe : Tôi muốn chụp ảnh, có được không?

Hoa : Được, nhưng chị đừng chụp tín đồ ấy thì hơn.

Moe : Nhiều tháp ở hai bên cạnh nhà thờ là cái gì thế?

Hoa : Đó là mộ của người sáng lập tôn giáo này và gia đình ông ấy.   10

Moe : Trên mái nhà thờ có con gì?

Hoa : Tôi cũng không biết rõ, có lẽ động vật tưởng tượng.
　　　 Ở tầng hầm tòa nhà này có phòng chứa của cải, nhưng ngoài
　　　 tín đồ ra không ai vào được.

Moe : Phía sau của nhà thờ có cái gì?   15

Hoa : Có nghĩa địa rất rộng.

　　　⟨バックアイ教の礼拝堂の中で⟩
　　　ホア：静かに。
　　　萌　：礼拝中のようですね。
　　　ホア：今日は日曜日ですからいつもより人が多いのです。

　　　⟨バックアイ教の礼拝堂の外で⟩
　　　ホア：この礼拝堂は約200年前に建てられました。
　　　萌　：写真を撮りたいんですが。
　　　ホア：いいですよ、でも信者を写さない方がいいでしょう。
　　　萌　：礼拝堂の両側にたくさんある塔は何ですか。

ホア：この宗教の創始者とその家族の墓です。
萌　：礼拝堂の屋根にあるのは何ですか。
ホア：私も分かりませんが，たぶん想像上の動物でしょう。
　　　この建物の地階には宝物庫がありますが，信者以外は入れません。
萌　：礼拝堂の裏には何がありますか。
ホア：とても広い墓地があります。

《語句》

1. trong：〈中〉〈～の中に〉　☞【位置を示す言葉】
1. nhà thờ：thờ は〈礼拝する〉の意。nhà thờ は〈礼拝堂〉の意ですが，単独で使う場合カトリックの教会を示します。ここでは仮の宗教 bác ái の礼拝堂です。
1. đạo：[道]〈教え〉〈宗教〉
1. bác ái：[博愛]〈博愛〉　ベトナムにこの名の宗教が実在するわけではありません。念のため。
2. im lặng：〈静かに〉〈黙って〉

　　Các chị phải im lặng lắng nghe anh ấy nói.
　　皆さんは彼が話すのを静かに聞かなければなりません。
　　　　lắng nghe は〈傾聴する〉の意。

3. hình như …：〈…のようだ〉〈…のように見える〉　dường như とも言います。
3. dự：〈出席する〉〈参加する〉

　　Hình như chúng tôi được mời đến dự đám cưới của chị ấy.
　　私たちは彼女の結婚式に招待されるようです。
　　　　đến dự は〈～に出席しに行く〉の意。đám は人が集まってある行動をする場合に用いる類別詞。đám cưới で〈結婚式〉の意。

3. lễ：[礼]〈礼拝する〉

　　Hàng tháng ngày 22 ông bà tôi nhất định đi lễ chùa.
　　毎月22日に私の祖父母は必ずお寺にお参りに行きます。
　　　　hàng tháng は〈毎月〉，ông bà は〈祖父母〉の意。

97

4. chủ nhật：［主日］〈日曜日〉　☞【曜日の言い方】
4. đông：〈～が多い〉〈混雑した〉　後に修飾する言葉がきます。đông người で〈人出がある〉〈にぎやかな〉などと訳します。
4. mọi ngày：本来は〈毎日〉の意ですが，ここでは〈普通の日〉〈平日〉を意味します。
5. ngoài：〈外〉〈～の外に〉　☞【位置を示す言葉】
6. xây dựng：〈建設する〉
7. chụp：〈写す〉　chụp ảnh で〈写真を撮る〉の意。
8. đừng：〈～してはいけない〉　禁止命令を示します。☞ Bài 10【命令形Ⅱ】
8. tín đồ：［信徒］〈信徒〉〈信者〉

   Ở Việt Nam có bao nhiêu tín đồ Thiên Chúa giáo?
   ベトナムにはカトリックの信者がどのくらいいますか。

   　　Thiên Chúa は〈天主〉，つまり神の意，giáo は〈教え〉の意で Thiên Chúa
   　　giáo で〈カトリック〉となります。

8. hơn：〈より良い〉
9. tháp：［塔］〈塔〉

   Tháp Tokyo đã được xây dựng với mục đích gì?
   東京タワーは何の目的で建てられたのですか。

   　　với は〈もって〉〈～で〉，mục đích は〈目的〉の意。

9. hai bên cạnh：〈両側〉　☞【位置を示す言葉】
10. mộ：［墓］〈墓〉

    Nhiều người bạn tôi được chôn cất trong mộ chiến sĩ vô danh này.
    私の多くの友人がこの無名戦士の墓に埋葬されています。

    　　chôn cất は〈埋葬する〉，chiến sĩ は〈戦士〉，vô danh は〈無名〉の意。

10. sáng lập：［創立］〈創立する〉

    Cụ bà tôi sáng lập công ty này cách đây khoảng 40 năm.
    私の曾祖母が約40年前にこの会社を創立しました。

    　　cụ bà は〈曾祖母〉の意，〈曾祖父〉は cụ ông。

10. tôn giáo：［宗教］〈宗教〉

　　Người ta nói rằng tôn giáo lớn nhất trên thế giới là đạo Cơ đốc, đạo Phật và đạo Hồi.
　　世界最大の宗教はキリスト教，仏教，イスラム教といわれます。
　　　　Cơ đốc は〈キリスト〉の意。đạo Cơ đốc で〈キリスト教〉。Phật は〈仏陀〉の意で［仏］のベトナム式発音。đạo Phật で〈仏教〉。Hồi は〈イスラム〉の意で［回］のベトナム式発音。đạo Hồi で〈イスラム教〉の意。

　　ベトナムでは三大宗教以外に，カオダイ（Cao Đài）教やホアハオ（Hòa Háo）教などの新興宗教の存在が知られています。

11. mái：〈屋根〉

　　Nhiều chim én đang đậu trên các mái nhà trong làng.
　　たくさんの燕が村の家の屋根にとまっています。
　　　　chim én は〈燕〉，đậu は〈(鳥や船が) ～にとまる〉，làng は〈村〉の意。

12. rõ：〈明瞭な〉〈はっきりと〉

　　Hãy nói rõ họ tên.　　　　氏名をはっきり言って下さい。
　　　　họ tên は〈氏名〉の意。

12. có lẽ：〈たぶん〉〈恐らく～だろう〉

12. động vật：［動物］〈動物〉　〈植物〉は thực vật（［植物］のベトナム式発音）と言います。

　　Ở vườn bách thú này có nhiều loài động vật.
　　この動物園には多くの種類の動物がいます。
　　　　vườn は〈園〉，bách thú は［百獣］のベトナム式発音で，vườn bách thú で〈動物園〉となります。〈植物園〉は vườn bách thảo（bách thảo は［百草］のベトナム式発音）。loài は〈(動植物などの) 種類〉の意。

12. tưởng tượng：［想像］〈想像する〉

　　Anh ấy khoái tưởng tượng mình nổi tiếng.
　　彼は有名になった自分を想像して楽しみました。
　　　　khoái は〈楽しむ〉の意。

13. tầng：〈階〉

13. hầm：〈地下の貯蔵空間〉　tầng hầm で〈地階〉の意。

13. tòa：大規模な建築物につける類別詞。

13. phòng：［房］〈部屋〉

13. chứa：〈収容する〉〈蓄える〉

13. của cải：〈財産〉〈財宝〉

13. ngoài … (ra)：〈…の他に〉

　　Ngoài chị ra, tôi không tin người nào khác.
　　あなた以外、私は誰も信頼していません。
　　　khác は〈別の〉の意。

14. vào：〈入る〉

15. phía sau：〈後方〉〈～の裏の方に〉　☞ Bài 9【方向・方位を示す言葉】

16. nghĩa địa：〈墓地〉

　　Khu nghĩa địa của Hà Nội ở ngoại ô.　　ハノイの墓地は郊外にあります。
　　　khu は〈区域〉，ngoại ô は〈郊外〉の意。

16. rộng：〈広い〉⟷ hẹp〈狭い〉

《ポイント》――――――――――――――――――――――――――――――●

【位置を示す言葉】

　ở を位置を示す言葉の前に置いて使うこともできます。

1 ）trong：〈中〉

　　Trong thư viện có nhiều người.　　図書館には多くの人がいます。
　　　thư viện は〈図書館〉の意。

2 ）ngoài：〈外〉　話し手からみて外の方の意でも使いますので，訳すときに注意してください。

　　Ngoài phố đông người.　　　　　通りは人で一杯です。

3 ）trên：〈上〉 これも話し手からみて上の意でも使います。

 Hải ơi, có thư của bạn gái ở trên bàn.
 ハイさん，ガールフレンドからの手紙が机の上にありますよ。
  bạn gái は〈女友達〉の意。

 Trên trời máy bay trực thăng đang bay.
 空をヘリコプターが飛んでいます。
  máy bay trực thăng は〈ヘリコプター〉，bay は〈飛ぶ〉の意。
  trên trời を〈上空に〉と訳せばわかりやすいでしょう。

4 ）dưới：〈下〉 話し手からみて下の意でも使います。

 Ở dưới gốc cây có mấy con trâu. 木の根元に，何頭かの水牛がいます。
  gốc は〈根〉，cây は〈木〉，trâu は〈水牛〉，mấy は〈いくつかの〉の意。

 Dưới biển có bao nhiêu loài cá? 海にはどれだけの種類の魚がいますか。

5 ）trước：〈前〉

 Tôi đã chờ bạn tôi rất lâu trước rạp chiếu bóng.
 私は友達を長い間映画館の前で待ちました。
  rạp chiếu bóng は〈映画館〉の意。

6 ）sau：〈後ろ〉

 Nhà của anh Duy ở sau bưu điện trung ương.
 ズイさんの家は中央郵便局の裏にあります。
  Duy は［唯］のベトナム式発音。bưu điện は〈郵便局〉，trung ương は〈中央〉の意。

7 ）giữa：〈〜の間〉

 Mẹ tôi đang ngồi giữa bố tôi và anh tôi.
 母は父と兄の間に座っています。

8 ）xung quanh：〈周囲〉

 Xung quanh Nhật là biển. 日本の周囲は海です。

9 ）hai bên cạnh：〈両側〉

 Hai bên cạnh nhà có cây. 家の両側に木があります。

【語気詞】

　　文末において，感情や意思を示します。

1）nhé：命令する場合や同意を求める時に，親しい間で使います。

　　　　Hãy viết cẩn thận nhé.　　　　丁寧に書きなさいね。

2）nhỉ：自分の意見に同意を求める場合に使います。

　　　　Trời nóng quá nhỉ.　　　　暑いですね。

3）thế：疑問文につけて，疑問を強調します。

　　　　Bao giờ thì bắt đầu thế?　　いつになったら始まるのですか。

4）chứ：疑問文につけて話し手の確信を示します。

　　　　Chị không quên tôi chứ?　　あなたは(もちろん)私を忘れていないでしょうね。

　　疑問に対して，chứ をつけて返事をすることもできます。

　　　　Tôi làm sao quên được, vẫn nhớ chứ.
　　　　どうして忘れることができるでしょうか．(もちろん)覚えていますとも。
　　　　　vẫn は〈依然として〉，nhớ は〈覚える〉〈覚えている〉の意。

【曜日の言い方】

1）曜日は数字を覚えておけば簡単です。日曜日と水曜日に注意。

　　ngày chủ nhật：〈日曜日〉
　　ngày thứ hai　：〈月曜日〉
　　ngày thứ ba　 ：〈火曜日〉
　　ngày thứ tư　 ：〈水曜日〉　月の言い方と同様 bốn は使いません。
　　ngày thứ năm ：〈木曜日〉
　　ngày thứ sáu ：〈金曜日〉
　　ngày thứ bảy ：〈土曜日〉

2）1週間は日曜日から数えますので，月曜は2番目です。

3）どの曜日も ngày は省略されることが多い。

4）年月日に曜日を加えて記す場合は，曜日が先頭にきます。

5）曜日のたずね方は Ngày mai là (ngày) thứ mấy? の形です。ngày thứ mấy

は〈何曜日〉の意。

ベトナムの日めくりは，ベトナムの祝日，ベトナムと世界の歴史的な記念日などが記してあります。その選択を日本のものと比較するのも一興です。またベトナムや世界の著名人，文化人の格言や名言ものせられていて，ベトナム人の考え方の一端を知るのに役立つと思います。お土産にどうぞ。

29)))　　　　　　　　　　　　　読んで訳しましょう ………●

Bài tập 1.

 (1) −Ngoài sân có ai đến không?

 (2) −Trời trở tối nên không phân biệt được.

  (2) trở … :〈…になる〉
   phân biệt：[分別]　〈区別する〉〈判別する〉

Bài tập 2.

 (1) −Tôi có thể trả tiền bằng thẻ tín dụng này được không?

 (2) −Được chứ.

 (3) 　Xin chị ghi ngày, tháng, họ tên và số thẻ tín dụng vào mẫu này.

 (4) −Hôm nay là thứ mấy?

 (5) −Hôm nay là thứ năm, ngày 7 tháng 9 năm 2001.

  (1) có thể … được không?：〈…できますか〉
   thẻ tín dụng：〈クレジットカード〉
  (3) mẫu：〈用紙〉

Bài 12 | Bị bệnh.
病気になる

Moe : Trông anh có vẻ bị mệt. Tại sao thế?
Hải : Tôi có thể bị cảm.
    Vì hôm qua trời mưa nhỏ và lạnh mà tôi lại đi không có ô.
Moe : Anh muốn ăn uống gì?
Hải : Không. Tôi bị sốt cao nên chỉ ăn chuối được thôi. 5
Moe : Tội nghiệp. Anh nên đi bệnh viện ngay kẻo càng nặng.
Hải : Tôi cũng nghĩ thế, nhưng tôi rất bận.
    Ngày mai tôi định xin nghỉ.
Moe : Như vậy chúng ta phải làm xong việc này nhanh lên.
    Xin mời anh uống chè. Tôi không mời anh hút thuốc lá đâu. 10
Hải : Dạ. Vợ tôi cũng nói rằng nhân dịp này tôi nên bỏ hút đi.
Moe : Có khả năng không?
Hải : Không có đâu.
    Theo tôi, người Việt và thuốc lá là hai thứ không thể tách rời.

萌　　：調子が悪いようですが，どうかしましたか。
ハーイ：風邪をひいたようです。
　　　　昨日は小雨で寒かったのに，傘を持たずに外出したので。
萌　　：食欲はありますか。
ハーイ：いいえ，熱が高いので，バナナしか食べられません。
萌　　：いけませんね。すぐに病院に行ったほうがいいですよ，
　　　　そうしないとますます悪くなるから。
ハーイ：私もそう思いますが，とても忙しいのです。
　　　　明日は休みをとるつもりです。
萌　　：それじゃあ早く仕事をすませましょう。
　　　　お茶をどうぞ。煙草はお勧めしません。
ハーイ：ええ。家内もこれを機会に禁煙しろというのですが。
萌　　：できそうですか。
ハーイ：いいえ，とても。ベトナム人と煙草は切り離せないものなのですよ。

《語句》

0. bệnh：［病］〈病気〉　bị bệnh で〈病気になる〉の意。
1. trông：〈見る〉
1. vẻ：〈様子〉　có vẻ ... で〈…の様子で〉，trông có vẻ ... で〈…の様子にみえる〉。

   Trông anh tôi có vẻ khó gần, thật ra anh ấy rất nhiệt tình.
   兄は愛想がないように見えますが，本当はとても親切です。
   　　gần は〈近づく〉，nhiệt tình は〈情熱〉〈熱意がある〉の意。

1. mệt：〈健康でない〉
2. có thể：〈恐らく〜だろう〉
3. hôm qua：〈昨日〉　☞ Bài 4【日・月・年の言い方】
3. nhỏ：〈少量の〉　mưa nhỏ で〈小雨〉〈小雨が降る〉の意。
3. lạnh：〈寒い〉
3. mà：〈〜なのに〉
3. lại：〈さらにその上〉

   Áo này rất tốt lại giá phải chăng nữa.
   この服はものがよくて値段も手頃でした。
   　　phải chăng は〈適応した〉〈妥当な〉の意。

3. ô：〈傘〉　南部では dù と言います。〈レインコート〉は áo mưa。
5. sốt：〈平常より熱がある〉　bị sốt で〈発熱する〉〈熱がある〉の意。
   ☞【病気・けがの言い方】
5. chuối：〈バナナ〉　☞【果物】
6. tội nghiệp：［罪業］〈気の毒な〉〈痛ましい〉　☞【同情・感情を示す言葉】
6. nên：〈〜すべきだ〉〈〜した方がいい〉

   Anh nên chờ cho đến khi cái đó hạ giá.
   あなたはそれが値下がりするまで待った方がいい。
   　　hạ は〈下げる〉，cho đến ... は〈…まで〉の意。

6. bệnh viện：［病院］〈病院〉

6. ngay：〈すぐ〉

6. kẻo：〈〜しないうちに〉〈さもないと〉

 Chúng ta phải đưa chị ấy đến bệnh viện kẻo muộn không cứu chữa kịp.
 私たちは，手遅れにならないうちに彼女を病院へ連れていかなければなりません。
  đưa は〈連れていく〉，cứu chữa は〈救助する〉，kịp は〈間に合って〉の意。

6. càng：〈さらに〉〈ますます〉

 Thầy càng dạy tôi càng không hiểu.
 先生が教えれば教えるほど，私はますます理解できなくなる。
  càng … càng は〈…すればするほどますます〉の意。

 Kinh tế Việt Nam càng ngày càng phát triển.
 ベトナムの経済は日増しに発展しています。
  phát triển は〈発展する〉の意。càng ngày càng, ngày càng は〈日増しに〉の意。

6. nặng：〈ひどい〉

7. bận：〈忙しい〉⟷ rảnh, rỗi〈ひまな〉

8. xin：〈お願いする〉

9. xong：〈終わる〉〈〜し終える〉　動詞の後について，動作の終了を示します。

9. nhanh：〈速い〉⟷ chậm〈遅い〉

9. lên：動詞や形容詞の後や文末において，促しや動員の意を示す場合に使います。

 Hãy cố lên!　　　　　　　がんばれ。
  cố は〈努力する〉の意。

10. chè：〈茶〉　☞ Bài 7【飲み物の種類】

10. hút：〈吸う〉

10. thuốc lá：〈タバコ〉　ベトナムはタバコ天国です。女性はあまり吸いませんが，もてなしには女性にも勧められます。タバコの害は喧伝されていますが，なかなか喫煙率は下がらないようです。

10. đâu：否定文で強調する場合に使います。

 Người Nhật không giàu đâu.　　日本人は決して金持ちではありません。
  giàu は〈裕福な〉〈豊かな〉の意。対義語は nghèo〈貧しい〉。

11. vợ : 〈妻〉　☞ Bài 3【親族名称】

11. nhân dịp … : 〈…の機会に〉　nhân は〈〜の場合に〉, dịp は〈機会〉の意。

    Nhân dịp này, chúng ta sẽ lập kế hoạch thăm Trung Quốc vào tháng mười.
    この機会に, 私たちは10月に中国に行く計画を立てましょう。

        kế hoạch は〈計画〉の意。

11. bỏ : 〈捨てる〉〈置く〉の意ですが, ここでは〈続けていることを止める〉の意。

    Bố anh ấy bị phá sản nên anh ấy đã phải bỏ học.
    彼の父親が破産したので, 彼は学業を放棄しなければなりませんでした。

11. đi : 〈〜せよ〉　文末に置いて命令形となります。☞ Bài 10【命令形Ⅱ】

12. khả năng : [可能]〈可能性〉

    Vào thế kỷ 21 chúng ta có khả năng hủy bỏ vũ khí hạt nhân.
    21世紀には, 核兵器を全廃する可能性があります。

        thế kỷ は〈世紀〉, hủy bỏ は〈全廃する〉, vũ khí は〈武器〉, hạt nhân は〈核〉の意。

14. theo … : 〈…の意見では〉〈…によれば〉

    Theo các báo, bộ trưởng ngoại giao đã đưa đơn xin thôi việc chiều nay.
    各紙によると, 外務大臣が今日の午後, 辞表を提出しました。

        bộ trưởng は〈大臣〉, ngoại giao は〈外交〉, đưa は〈提出する〉, đơn は〈申請書〉, thôi は〈止める〉, đơn xin thôi việc で〈辞表〉の意。

14. thứ : 〈種類〉〈同種類のもの〉, またそこから転じて「もの」をさします。

14. không thể … (được) : 〈…できない〉

    この形の肯定形は có thể … (được)〈…できる〉, 疑問形は có thể … được không?〈…できますか〉となります。

14. tách rời : 〈切り離す〉〈分離する〉

    Chúng ta không sống tách rời chính trị được.
    私たちは政治を離れて生活することはできません。

        chính trị は〈政治〉の意。

《ポイント》
【病気・けがの言い方】

 bị đau bụng：〈腹痛〉　đau は〈痛い〉の意で，身体名称をつけて〈～が痛い〉の意。bụng は〈腹〉の意。
 bị đau dạ dày：〈胃痛〉　dạ dày は〈胃〉の意。
 bị đau đầu：〈頭痛〉　nhức đầu とも言います。đầu は〈頭〉の意。
 bị đau răng：〈歯痛〉　răng は〈歯〉の意。
 bị ốm：〈病気になる〉　ốm は〈病気の〉の意。
 bị cảm：〈風邪をひく〉
 bị sốt：〈熱がある〉
 sổ mũi：〈鼻水がでる〉　mũi は〈鼻〉の意。
 ngạt mũi：〈鼻がつまる〉
 ho：〈咳をする〉
 hắt hơi：〈くしゃみをする〉
 buồn nôn：〈吐き気がする〉
 tiêu chảy：〈下痢をする〉
 bị thương：〈けがをする〉
 bị đứt tay：〈手を切る〉　đứt は〈切る〉の意で，身体名称をつけて〈～を切る〉の意。
 bị bỏng：〈火傷をする〉
 gãy xương：〈骨を折る〉　gãy は〈折る〉，xương は〈骨〉の意。

【果物】

ハノイの夏は湿気が高く耐えがたい暑さですが，日本では味わえない南国の果物はそのつらさを充分なぐさめてくれます。ぜひあれこれ試してみてください。類別詞は quả をとります。

quả bơ：〈アボガド〉

— chôm chôm：〈ランブータン〉

— dừa：〈ココナツ〉

— dưa hấu：〈スイカ〉

— dứa：〈パイナップル〉　南部では thơm と言います。

— đu đủ：〈パパイヤ〉

— khế：〈ゴレイシ〉〈スターフルーツ〉

— măng cụt：〈マンゴスチン〉

— mân：〈スモモの一種〉

— mít：〈パラミツ〉

— nhãn：〈リュウガン〉

— ổi：〈グアバ〉

— sầu riêng：〈ドリアン〉

— táo：〈ナツメ〉

— thanh long：〈ドラゴンフルーツ〉

— vải：〈レイシ〉

— xoài：〈マンゴー〉

chè を売る店先にて
Nước mía〈さとうきびジュース〉が 2000đ/ly〈一杯2000ドン〉。Sinh tố は〈ビタミン〉，転じて〈ジュース〉の意

【同情・感情を示す言葉】

1）tội nghiệp：痛ましく思ったり同情した時に使います。

  Thật là tội nghiệp cho anh.　　本当に（あなたが）お気の毒です。
   目上の人には使わない方がいいでしょう。「thật là＋形容詞」で〈本当に〜〉の意。

2）Rất tiếc!：〈残念〉〈残念です〉　tiếc は〈惜しむ〉〈残念に感じる〉の意。

3）Trời ơi.：〈ああ〉〈やれやれ〉　驚いたり嘆息した時に使う言葉です。

4）Xin chia buồn với chị.：〈あなたと悲しみを分けます→御愁傷様です〉 chia は〈分ける〉の意。

5）Chán quá!：〈いやだ〉〈つまらない〉

6）Chết!：〈しまった〉〈ちぇっ〉　困った時，良くない時に使います。

7）Tuyệt vời!：〈極めて〉〈非常に〉の意から〈すごい〉〈すばらしい〉などとなります。

8）Khiếp!：非常に恐ろしさを感じる場合に使います。〈怖い〉〈恐ろしい〉と使うのは主に女性のようです。恐ろしいほどすごいの意から〈とても〉〈ものすごい〉の意で使うこともあります。

(31)　　　　　　　　　　　　読んで訳しましょう …………●

Bài tập 1.

 (1)　−Tôi bị đau bụng quá.

 (2)　−Chắc anh ăn phải cái gì rồi.

 (3)　　Anh bị đau từ bao giờ?

 (4)　−Từ tối qua.

 (5)　　Khi đó và sáng nay, tôi uống thuốc 2 lần nhưng vẫn chưa khỏi.

 (6)　−Như vậy anh nên đến bệnh viện khám.

 (7)　　Để tôi đưa anh đi bệnh viện bằng xe ô-tô.

(2) phải：良くないこと，望まないことに出会ったことを示します。

(4) tối qua：〈昨晩〉〈昨夜〉 tối hôm qua〈昨日の夜〉の略。

(5) sáng nay：〈今朝〉 sáng hôm nay〈今日の朝〉の略。
    khỏi：〈治る〉〈回復する〉

(6) khám：〈検査する〉〈診察する〉

Bài tập 2.

(1) Trong phòng khám bệnh.

(2) Bác sĩ   : Chị làm sao thế?

(3) Bệnh nhân : Dạo này tôi không tài nào ngủ được vì có nhiều mối lo.

(4) Bác sĩ   : Chị lo về cái gì?

(5) Bệnh nhân : Về cái chết.

(6)   Bao giờ chết, sau khi chết thì đi đâu … vân vân.

(7) Bác sĩ   : Chị đừng lo.

              Người ta không bao giờ biết được mình chết vào lúc nào.

(1) khám bệnh：〈診察する〉 phòng khám bệnh で〈診察室〉の意。
(2) ～ (bị) làm sao?：〈どうかしましたか〉 診察でのきまり文句です。
(3) bệnh nhân：〈病人〉〈患者〉
    tài：〈能力〉〈可能〉
    không tài nào … được：〈…するのが困難な〉〈…できない〉
    mối：感情や人間関係を示す言葉につける類別詞です。
    lo：〈心配する〉
        Bố mẹ tôi rất lo tôi đã tới được nơi đó an toàn hay chưa.
        両親は私がそこに無事に着いたかどうかとても心配しました。
        nơi は〈場所〉〈所〉, an toàn は〈安全に〉の意。
(5) cái：形容詞の前において名詞化します。
    chết：〈死ぬ〉
(6) sau khi … thì：〈…の後に〉〈…した後に〉
    vân vân：〈など〉 v. v. とも書きます。
(7) lúc nào：〈いつ〉

Bài 13 | Ở Việt Nam khi ăn mừng thì người ta làm cỗ gì?
ベトナムではお祝いの時，どんな御馳走を作りますか

(32) Hà : Chiều mai mời chị đến nhà ăn cơm với gia đình tôi nhé.
Moe : Có việc gì vui thế, Hà?
Hà : Anh tôi tốt nghiệp đại học và bắt đầu đi làm việc từ tháng này.
Moe : Tốt quá nhỉ. Thế nào tôi cũng đến.
Nhưng theo phong tục Việt Nam tôi phải mang gì đến và   5
mặc cái gì?
Hà : Không cần phải lo.
Chị cứ đến không và quần áo hàng ngày thôi.
À, ngày mai, từ sáng sớm tôi phải giúp mẹ làm cỗ.
Moe : Chị định nấu món gì?   10
Nói chung ở Việt Nam khi ăn mừng thì người ta làm cỗ gì?
Hà : Để ăn mừng người ta thường nấu xôi gấc.
Còn vào dịp Tết thì người ta hay ăn bánh chưng và bánh giầy.
Ở Nhật như thế nào?
Moe : Ở Nhật chúng tôi thường ăn "sekihan (nếp nấu với đậu đỏ)".   15

ハー：明日の午後，私の家族と食事をしに家に来て下さい。
萌　：何かいいことがあったの，ハーさん。
ハー：兄が大学を卒業して，今月から働き始めたのです。
萌　：よかったですね。必ず行きます。
　　　でもベトナムの習慣では，何を持って行けばいいの，
　　　それに何を着ていけばいいのですか。
ハー：御心配なく。何も持たずに普段着で来て下さい。
　　　ああ，明日は朝早くから母の手伝いで御馳走を作らなければならない。
萌　：どんな料理を作るのですか。
　　　一般にベトナムではお祝いの時，どんな御馳走を作りますか。
ハー：お祝いには，いつもソイガックを作ります。
　　　テトには，バインチュンとバインザイをよく食べます。
　　　日本ではどうですか。
萌　：日本では赤飯を食べます。

《語句》

1. chiều mai：〈明日の午後〉
1. cơm：〈ご飯〉 ăn cơm で〈食事をする〉の意。
2. vui：〈うれしい〉〈楽しい〉⟷ buồn
3. tốt nghiệp：[卒業]〈卒業する〉⟷ nhập học ［入学］〈入学する〉
3. đại học：[大学]〈大学〉〈教授〉は giáo sư ［教師］と言います。

    Nhiều sinh viên nước ngoài học ở những trường đại học Việt Nam.
    多くの外国人の学生がベトナムの大学で学んでいます。

3. bắt đầu：〈始める〉〈〜し始める〉 動詞の前について，動作の開始を示します。
3. từ：〈〜から〉
3. tháng này：〈今月〉 ☞ Bài 4【日・月・年の言い方】
4. tốt：〈良い〉〈すばらしい〉
4. thế nào … cũng：〈どうあっても〉〈必ず〉

    Trời thế nào cũng tốt.　　　きっと晴れるでしょう。

4. đến：〈行く〉 本来は〈達する〉の意。具体的な目的地（本文の場合は相手の家）に〈行きつく〉〈今いるところから近づく〉という場合には，đến を〈行く〉の意味で使います。これに対して，〈〜の方へ移動する〉〈今いるところから離れていく〉という場合には đi を〈行く〉の意味で使います。

5. phong tục：[風俗]〈しきたり〉〈習慣〉

    Đối với người châu Âu phong tục châu Á rất khó quen.
    ヨーロッパの人にとってアジアの習慣はなじみにくい。
        quen は〈慣れる〉の意。

6. mặc：〈着る〉 ☞【身につけるものの言い方】
7. cần phải …：〈…しなければならない（し，その）必要がある〉

    Anh không cần phải làm vội như thế vì vẫn còn đủ thời gian.
    そんなに急いですることはありません，まだ時間は充分ありますから。
        vội は〈急ぐ〉の意。

7. lo：〈心配する〉

8. cứ：〈構わず〜し続ける〉 命令形で〈〜のままでよい〉〈構わず〜せよ〉となります。

8. không：〈空の〉〈何もなしの〉 否定を示す không ではありません。

   Ông Abebe đã chạy chân không và giành được huy chương vàng trong cuộc chạy đua maratông ở Đại hội Ôlimpic.
   アベベ氏はオリンピックのマラソンで裸足で走って金メダルをとりました。

   chân は〈足〉, chân không で〈裸足〉となります。giành は〈勝ち取る〉, huy chương は〈勲章〉, vàng は〈金〉, đua は〈競争する〉, chạy đua maratông は〈マラソン〉の意。

8. quần áo hàng ngày：〈日常着〉〈ふだん着〉 quần áo は〈衣服〉, hàng ngày は〈毎日〉の意。☞【身につけるものの言い方】

9. sớm：〈早い〉⟷ muộn〈(時間的に)遅い〉

   Tôi cần phải chuẩn bị sớm cho hội nghị này kẻo lại thất bại.
   私はまた失敗しないように、この会議のために早く準備をしなければなりません。

   chuẩn bị は〈準備する〉, hội nghị は〈会議〉, thất bại は〈失敗する〉の意。

9. giúp：〈助ける〉「動詞＋giúp (hộ)」で〈〜するのを助ける〉の意になります。

   Anh rửa bát giúp tôi.　　　茶碗を洗うのを手伝って下さい。

   bát は〈茶碗〉の意。☞【食卓用品】 rửa は〈洗う〉の意。〈洗濯する〉場合は giặt,〈洗髪〉は gội を使います。

   Cái áo len này không giặt nước được, xin chị hãy giặt khô.
   このセーターは水洗いできません、ドライクリーニングして下さい。

   áo len は〈セーター〉, giặt khô は〈ドライクリーニングする〉の意, hấp とも言います。

9. làm：〈作る〉

9. cỗ：〈御馳走〉

10. món：〈料理〉〈品〉

    Cỗ cưới của bạn tôi có tám món.　友達の結婚式の御馳走は8品ありました。

11. **nói chung**：〈一般的に言って〉⟷ nói riêng 〈個別に言って〉〈特に〉

   Nói chung người Nhật không quan tâm đến vấn đề chính trị.
   一般に，日本人は政治問題に関心がありません。
   　　quan tâm は〈関心がある〉，quan tâm đến … で〈…に関心がある〉，vấn đề は〈問題〉の意。

11. **khi … thì**：〈〜の時に〉

11. **ăn mừng**：〈祝う〉〈祝い事で飲食する〉

   Nếu chị thi đỗ, chúng ta ăn mừng nhé.
   もしあなたが試験に合格したら，お祝いをしましょうね。
   　　thi đỗ は〈試験に合格する〉の意。

12. **thường**：[常]〈通常〉〈普通〉

12. **xôi gấc**：xôi はもち米を炊いたおこわのこと。gấc はツルレイシの一種で，果実をもち米と一緒に炊いて赤飯を作ります。

13. **dịp**：〈〜の期間〉

13. **Tết**：tết は〈祭礼の日〉の意。〈正月〉の意でも使い，その場合は大文字で Tết と記すのが一般的です。ベトナムの Tết は陰暦に従っており，毎年陽暦の1月末か2月の始めごろで，1年で最も重要な祭日です。
   ☞【tết・祝日・記念日】

   Tết Nguyên Đán năm tới theo dương lịch là ngày nào?
   来年の元旦は新暦の何日ですか。
   　　Nguyên Đán は〈元旦〉，dương lịch は〈陽暦〉の意。対義語は âm lịch 〈陰暦〉。

13. **hay**：〈たびたび〉〈よく〉　☞ Bài 7【hay と hoặc】

13. **bánh chưng**：正月に欠かせない餅料理の一種。もち米に緑豆と豚肉の餡を入れ，dong（クズウコン）の葉で巻いてゆでます。四角に作るので，大地を象徴するといわれています。

13. **bánh giầy**：日本の餅に似ています。緑豆を餡に入れる場合もあります。丸餅で，天を象徴するといいます。

   Bánh chưng và bánh giầy là hai món ăn không thể thiếu được vào ngày Tết.　バインチュンとバインザイはテトには不可欠の食べ物です。

món ăn は〈料理〉, thiếu は〈不足の〉の意。không thể thiếu được は〈足りなくできない〉→〈不可欠の〉の意になります。

15. nếp：もち米。ベトナムでは日本よりずっと日常的におこわ，もち米の料理やお菓子を食べます。種類も多く，とてもおいしい。
15. đậu đỏ：〈小豆〉 đậu は〈豆〉の意で，［豆］のベトナム式発音。đậu phụ〈豆腐〉などはとても覚えやすいでしょう。đỏ は〈赤い〉の意。☞【色】

《ポイント》

【身につけるものの言い方】

1) mặc：〈着る〉 áo, quần〈ズボン〉, váy〈スカート〉など衣服の場合に使います。

   Chị tôi mặc áo sơ-mi nữ mới.　姉は新しいブラウスを着ています。
   áo sơ-mi は〈シャツ〉, nữ は〈女性用の〉の意。áo sơ-mi nữ は〈女性用シャツ〉すなわち〈ブラウス〉の意。nữ の対義語は nam〈男性用の〉。

2) đi：〈履く〉 giày〈靴〉, dép〈サンダル〉などに使います。

   Ông ấy ngay cả mùa đông cũng không đi tất.
   彼は冬でも靴下をはきません。
   tất（bít tất）は〈靴下〉の意。

3) đội：〈かぶる〉 mũ〈帽子〉, khăn〈スカーフ〉などに使います。

   Trời nắng, tại sao chị không đội nón?
   日差しが強いのにどうしてノンをかぶらないの。
   nón はベトナムのすげ笠です。

4) đeo：〈つける〉〈かける〉 kính, đồng hồ, ca-vát〈ネクタイ〉, dây chuyền〈ネックレス〉, hoa tai〈イヤリング〉などに使います。

   Ở Việt Nam phụ nữ đã lấy chồng thường đeo nhẫn cưới, phải không?
   ベトナムでは，結婚した女性はふつう結婚指輪をしますか。
   phụ nữ は〈婦人〉〈女性〉, nhẫn は〈指輪〉, nhẫn cưới は〈結婚指輪〉の意。

5）thắt：〈締める〉 ca-vát, thắt lưng〈ベルト〉などに使います。

  Xin thắt dây an toàn.　　　　シートベルトをお締めください。
   dây an toàn は〈安全ベルト〉〈シートベルト〉の意。

6）cởi：〈脱ぐ〉〈はずす〉 服，靴，装身具などに使います。

  Đi làm về, bố tôi cởi com-lê thay kimônô.
  仕事から帰ると，父はスーツを脱いで着物に着替えます。
   đi làm は〈仕事に行く〉，com-lê は〈スーツ〉，thay は〈代える〉，kimônô (kimono) は〈日本の着物〉の意。

7）bỏ：〈とる〉〈はずす〉〈脱ぐ〉 靴，装身具などに使います。tháo も同じ意。

  Anh ấy bỏ mũ chào tôi một cách lịch sự.
  彼は帽子をとって私に礼儀正しくあいさつしました。
   một cách は〈～のように〉〈～的に〉の意。

蓮の花

ベトナムを代表する花といえば，hoa sen〈蓮の花〉でしょう。色は màu trắng〈白〉と màu hồng〈ピンク〉です。

蓮は thuốc〈薬〉としても用いますが，hạt〈種子〉を砂糖漬けした mứt sen は市場で必ず見かけるものです。日本で同じものを見つけた時，なつかしさについ買ってしまいました。ちなみに，mứt〈果物などの砂糖漬け〉にはたくさんの種類があり，いろいろと試してみました。私のお気に入りは mứt dừa〈ココナツのムット〉です。

ベトナム人はお茶をよく飲みます。特に蓮の香りをつけた蓮茶はめずらしいものでしょう。chè sen, chè ướp sen, trà hoa sen などと言い，ướp は〈味，香りをつける〉の意味です。独特の香りが強く，慣れない人には飲みにくいかもしれません。củ sen〈蓮根〉も食べますが，日本ほど一般的ではないようです。

【食卓用品】

食事の際にみかけるものです。ベトナム製の陶器類もお土産として喜ばれています。

ấm：〈急須〉〈ティーポット〉
bát：〈茶碗〉
chén：〈湯飲み茶碗〉〈杯〉　Cạn chén.〈乾杯〉(cạn は〈干す〉の意)などといって飲み始めます。
cốc：〈コップ〉
tách：〈カップ〉
đĩa：〈皿〉
đũa：〈箸〉　類別詞は đôi〈対〉をとります。靴類も類別詞に đôi をとります。
dao：〈ナイフ〉　類別詞は con をとります。
nĩa：〈フォーク〉
thìa：〈スプーン〉
đường：〈砂糖〉
giấm：〈酢〉
muối：〈塩〉
tiêu：〈胡椒〉
xì dầu：〈醤油〉
nước mắm：〈ヌオックマム〉　魚を原料とした調味料。これなしでは料理ができません。

【tết・祝日・記念日】

1）旧暦で行われる主な祭礼日です。

　Tết Nguyên Đán：〈元旦〉　1月1日（休日）。〈大晦日〉は đêm giao thừa と言います。
　Tết mùng ba tháng ba（Tết Hàn Thực）：〈寒食節〉　3月3日。bánh trôi と bánh chay（ともにもち米の粉で作った餅の種類）を食べます。
　Tết Thanh Minh：〈清明節〉　春分の15日前後。先祖のお墓参りに行きます。

Tết Đoan Ngọ：〈端午節〉　5月5日。身体の中の害虫を封じるため，酒を飲みチマキを食べます。

Tết Trung Nguyên：〈中元節〉　7月15日。お盆。Rằm tháng 7 とも言います。rằm は旧暦の15日のこと。

Tết Trung Thu：〈中秋節〉　8月15日。日本での習慣と異なり子供の節句です。

2）新暦で行われる主な祝日・記念日です。

Tết dương lịch：〈元旦〉　1月1日（休日）。

Ngày quốc tế phụ nữ：〈国際婦人デー〉　3月8日。ベトナムでは職場や学校，家庭で男性が女性に感謝の意をこめて花などを贈ります。

Ngày giải phóng miền Nam：〈南部解放日〉　4月30日（休日）。giải phóng は〈解放する〉の意。[解放]のベトナム式発音。

Ngày quốc tế lao động：〈メーデー〉　5月1日（休日）。lao động は〈労働〉〈労働する〉の意。[労働]のベトナム式発音。

Ngày sinh Chủ tịch Hồ Chí Minh：〈ホー・チ・ミン主席生誕日〉　5月19日（休日）。ngày sinh は〈誕生日〉，chủ tịch は〈主席〉の意で[主席]のベトナム式発音。

Ngày quốc tế thiếu nhi：〈国際児童デー〉　6月1日。thiếu nhi は〈子供〉〈児童〉の意。

Ngày Cách mạng tháng Tám thắng lợi：〈八月革命勝利記念日〉　8月19日。cách mạng は〈革命〉の意。1945年8月にホー・チ・ミンが指導するベトミン（Việt Minh：ベトナム独立同盟会）は，日本の占領下から独立の総蜂起をおこし，同19日にハノイで権力を奪取しました。各地での蜂起が成功し，9月2日に独立宣言が行われました。この一連の行動を八月革命と呼びます。

Ngày Quốc khánh：〈独立記念日〉〈国慶節〉　9月2日（休日）。quốc khánh は[国慶]のベトナム式発音。

Ngày nhà giáo Việt Nam：〈ベトナム教師の日〉　11月20日。nhà giáo は〈教師〉の意。

Ngày Noel：〈クリスマス〉　12月25日。Nôen とも書きます。

【色】

日常的に使われそうな色をあげてみました。màu（色）… で〈…色〉となります。

màu đỏ：〈赤色〉

màu hồng：〈ピンク〉 hồng は［紅］のベトナム式発音。赤色の意もあります。

màu xanh：xanh は〈青い〉の意ですが〈青色〉と〈緑色〉の両方の意があります。明確にする場合は，màu xanh da trời（da trời は〈空色〉の意，空色の xanh →〈青〉），màu xanh lá cây（lá cây〈木の葉〉の意，木の葉の xanh →〈緑〉）などと言います。

màu trắng：〈白色〉 trắng は〈白い〉の意。

màu đen：〈黒色〉

màu xám：〈灰色〉

màu tím：〈紫色〉

màu nâu：〈茶色〉

màu vàng：〈黄色〉〈金色〉 cờ đỏ sao vàng は〈金星赤旗〉すなわちベトナムの国旗のこと。cờ は〈旗〉，sao は〈星〉の意。

màu bạc：〈銀色〉

vàng と bạc
金と銀，すなわち貴金属店でしょう
タテ書きの看板に注目

読んで訳しましょう

Bài tập 1.

(1) −Các anh gọi món gì?

(2) −Cho chúng tôi 2 bát xúp gà, 1 đĩa nem rán, 1 đĩa khoai tây rán và 1 đĩa xà-lách.

(3) −(Ăn xong) Xin tính tiền cho chúng tôi.

    (1) gọi：〈注文する〉
    (2) bát：ここでは品数を示すために使っています。
        đĩa：上記 bát と同様の使い方です。
        nem rán：〈ベトナム風春巻き〉　南部では chả giò と言います。
        khoai tây：〈じゃがいも〉
        rán：〈油で揚げる〉
        xà-lách：〈サラダ〉
    (3) tính：〈勘定する〉

Bài tập 2.

(1) −Chị cần gì?

(2) −Dạ, tôi muốn may một bộ áo dài.

(3) −Vâng, chị thích may màu gì?

(4) −Tôi thích màu da cam.

(5) −Đây ạ. Tôi nghĩ là nó rất hợp với chị.

(6) −Không, nó lòe loẹt lắm.

(7) −Không lòe loẹt đâu.

(8) 　Đây là mốt mới nhất.

    (2) bộ：〈一揃い〉　類別詞です。
        áo dài：〈アオザイ〉　ベトナムの民族衣装です。
    (4) màu da cam：da は〈皮〉, da cam で〈cam の皮〉となり, màu da cam ならば〈オレンジ色〉の意となります。
    (5) hợp：〈合う〉〈適合する〉　hợp với ... で〈…に似合う, 合う〉の意。
    (6) lòe loẹt：〈派手な〉⟷ nhã nhặn 〈地味な〉
    (8) mốt：〈モード〉〈流行〉

Bài 14 — Tôi muốn gọi điện thoại đi Huế.
私はフエに電話をかけたい

Moe : Xin lỗi anh, tôi muốn gọi điện thoại đi Huế.
Hãy chỉ cho tôi cách sử dụng máy này.

Nhân viên : Dạ, trước hết chị nhấc ống nghe,
sau đó tra thẻ vào đây và quay số điện thoại.

Moe : Tôi hiểu rồi. Cảm ơn anh.
À, cho tôi hỏi thêm một câu,
gọi đến Huế giá bao nhiêu tiền một phút?

Nhân viên : Phút đầu tiên giá 2.400 đồng, từ phút thứ hai giá 1.750 đồng.

※　　　※　　　※

Moe : A-lô, đấy là 8257036, phải không?
Tôi là Moe, cho tôi nói chuyện với ông Quý, có được không?

Ông Quý : A chị Moe, tôi rất mong chị sang.

Moe : Đúng như đã hẹn, bốn giờ chiều mai tôi đến sân bay Đà Nẵng.

Ông Quý : Được rồi. Tôi sẽ đến đón ở sân bay.

Moe : Xin cảm ơn.
Đến Việt Nam tôi béo ra nên khi chúng ta gặp nhau có thể ông không nhận ra tôi được ngay.

Ông Quý : À, còn tôi thì gầy đi và già đi nhiều.
Ở sân bay, tôi bảo con trai tôi cầm một tờ giấy viết dòng chữ "Hoan nghênh chị Moe" để chúng ta khỏi lầm.

萌　　：すみません，私はフエに電話をかけたいのですが，
　　　　　この電話の使い方を教えてくれませんか。
係員　：はい。まず受話器をとって，次にここにカードを入れ，
　　　　　電話番号を回します。
萌　　：わかりました。ありがとう。
　　　　　ああ，もう一つ伺いますが，フエまでの電話代は1分いくらですか。
係員　：最初の1分は2,400ドンで，2分目からは1,750ドンです。

　　　　　　　　　　　※　　　※　　　※

萌　　：もしもし，そちらは8257036番ですか。
　　　　　萌といいますが，クイさんをお願いします。
クイ氏：ああ，萌さん。お待ちしていましたよ。
萌　　：約束通り，明日の午後4時にダナンの空港につきます。
クイ氏：わかりました。空港に迎えに行きます。
萌　　：お願いします。私はベトナムに来てから太りましたから，お目に
　　　　　かかった時，すぐには私だとわからないかもしれませんね。
クイ氏：ああ，こちらはすっかりやせて歳をとってしまいました。
　　　　　空港では，人違いをしないように，息子に「ようこそ，萌さん」
　　　　　と書いた紙を持たせましょう。

《語句》

1. gọi：〈（電話機を通して）話す〉
1. điện thoại：［電話］〈電話〉　gọi điện thoại で〈電話をかける〉，gọi điện thoại cho … で〈…に電話をかける〉の意。☞【電話の用語】
1. đi：〈〜へ〉　前におかれた動詞の方向を示します。
1. Huế：ベトナム中部にあり，古くからの町で歴史的な建物が多く残っていますが，特にNguyễn〈阮〉朝（1802〜1945）の首都だったため，歴代皇帝の王城や廟などがすばらしく，風景も情緒があって，観光地としてとても人気があります。
2. chỉ：［指］〈示す〉〈教える〉
2. cách：〈方法〉〈仕方〉
2. sử dụng：［使用］〈使用する〉〈利用する〉

Mẹ tôi luôn luôn bảo tôi rằng con phải sử dụng thời gian rỗi của con có ích hơn.
母はいつも私に空いた時間をもっと有益に使わなければいけないと言います。

2. máy:〈機械〉 ここでは電話機のこと。

3. nhân viên:［人員］〈社員〉〈職員〉

3. trước hết:〈第一に〉〈まず〉

Trước hết, các bạn cần biết thanh điệu của tiếng Việt như thế nào.
最初に皆さんは、ベトナム語の声調がどのようなものかを知る必要があります。
    thanh điệu は〈声調〉の意。

3. nhấc:〈持ち上げる〉〈上げる〉

3. ống nghe:〈受話器〉 ống は〈筒〉の意。

4. tra:〈入れる〉 tra ... vào で〈…に差し込む〉〈…に入れる〉

Trong đêm tối, tôi phải sờ tìm lỗ khóa để tra chìa vào.
闇夜に、私は鍵を差し込むため手さぐりで鍵穴を探さねばなりませんでした。
    đêm tối は〈闇夜〉、sờ は〈手で探る〉、lỗ khóa は〈鍵穴〉、chìa は chìa khóa の略。

4. thẻ:〈札〉〈カード〉 ここでは thẻ điện thoại〈テレホンカード〉のこと。

4. quay:〈回す〉

4. số:［数］〈番号〉 số điện thoại で〈電話番号〉の意。

Số điện thoại của chị là bao nhiêu (mấy)?
あなたの電話番号は何番ですか。

Xin lỗi ông, tôi bị quay nhầm số.
すみません、かけまちがえました。
    nhầm は〈まちがえる〉の意。

6. thêm:〈さらに〉〈もっと〉 本来は〈加える〉の意。

6. câu:〈句〉〈文〉

11. Quý:［貴］ 人名です。

13. a:〈ああ〉 文頭において、喜びや驚きを示します。

13. sang:〈渡る〉〈(国境を越えて) 来る、行く〉

14. đúng：〈一定の規約に従って〉〈一致して〉

14. hẹn：〈約束する〉　Hẹn gặp lại chị.〈またお会いしましょう〉などと別れのあいさつにも使います。

14. sân bay：〈空港〉　sân は〈庭〉〈広場〉，bay は máy bay〈飛行機〉の意。応用として sân ga〈プラットホーム〉(ga は〈駅〉の意)，sân vận động で〈運動場〉(vận động は〈運動〉の意) など。

15. Đà Nẵng：中部最大の都市。

16. đón：〈迎える〉⟷ tiễn〈見送る〉

18. ra：「形容詞＋ra」で，状態の変化を示します。béo ra で〈以前よりも肥った〉となります。☞【状態の変化を示す ra, lên, đi】

19. nhận：〈認める〉

19. ra：動詞の後について結果を示します。nhận ra で〈わかる〉〈気づく〉の意。☞【結果を示す動詞 ra, thấy】

20. gầy：〈やせた〉

20. đi：「形容詞＋đi」で，状態の変化を示します。gầy đi で〈以前よりもやせた〉，già đi で〈以前よりも老いた〉となります。☞【状態の変化を示す ra, lên, đi】

20. nhiều：〈多く〉　動詞を修飾します。

21. bảo：〈告げる〉〈命じる〉　☞ Bài 10【使役動詞】

21. con trai：〈息子〉⟷ con gái〈娘〉　☞ Bài 3【親族名称】

21. cầm：〈手で持つ〉〈つかむ〉　điện thoại cầm tay は〈手で持つ電話〉→〈携帯電話〉の意。

21. tờ：四角に切られた紙につける類別詞。báo〈新聞〉や tập chí〈雑誌〉にも使います。

21. giấy：〈紙〉　類別詞は tờ をとります。

22. dòng：〈(文章の) 行〉

22. chữ：〈文字〉　dòng chữ で〈一筆〉〈行〉の意。

　　　Chữ Nôm là chữ viết cổ của tiếng Việt.
　　　チュノムはベトナム語の古文字です。

　　　chữ Nôm はベトナムの国字です。chữ viết は〈文字〉〈書法〉の意。

22. hoan nghênh：［歓迎］〈歓迎する〉

Thủ tướng Nhật Bản Ogawa được hoan nghênh nhiệt liệt ở các nước châu Á.
日本の小川首相はアジア各国で熱烈に歓迎されました。
　　thủ tướng は〈首相〉，nhiệt liệt は〈熱烈に〉の意。

22. khỏi：〈免れる〉

Ông ấy không khỏi chịu trách nhiệm về việc đó.
彼はその件の責任を免れません。
　　chịu は〈引き受ける〉，trách nhiệm は〈責任〉の意。

23. lầm：〈間違える〉　nhầm も同じ意。

Tuy xa quê lâu lắm nhưng tôi không lầm đường về nhà.
長く故郷を離れていましたが，私は家への道を間違えませんでした。
　　tuy … nhưng (vẫn) は〈…にもかかわらず〉〈しかし（それでも）〉の意で，mặc dù … (nhưng) vẫn, dù … (nhưng) vẫn も同じ意で使います。xa は〈離れる〉，quê は〈田舎〉〈故郷〉の意。

Ga Huế〈フエ駅〉
Kính chào quý khách〈ようこそいらっしゃいました〉
の kính は［敬］〈謹んで〉の意

《ポイント》

【状態の変化を示す ra, lên, đi 】

方向動詞の ra, lên, đi は，形容詞の後について性質・状態の変化を示す用法があります。

1) ra, lên は性質・状態が発展することを示します。

  Càng ngày bạn tôi càng khỏe ra. 日増しに友達は元気になっていきます。
  Em gái tôi dạo này cao lên. 妹は最近背がのびました。

2) đi は性質・状態が縮小することを示します。

  Môi anh ấy tím đi vì bơi ở sông.
  彼の唇は川で泳いだため紫色になっていました。
   môi は〈唇〉，tím は〈紫色の〉の意。

  Anh tôi được mổ để cắt dạ dày hai tuần trước nên yếu đi.
  兄は2週間前に胃を切る手術を受けたので，衰弱しています。
   mổ は〈手術する〉，cắt は〈切る〉の意。

【結果を示す動詞 ra, thấy 】

1) ra は，nghĩ, hiểu, nhận, nói などの動詞の後について，その動詞の「結果」，その動詞が表す行為が完成したことを示す働きをします。

 ① Tôi đã nghĩ về cách giải quyết vấn đề này.
  私はこの問題の解決方法を考えました。
  giải quyết は〈解決する〉の意。

 ② Tôi đã nghĩ ra cách giải quyết vấn đề này.
  私はこの問題の解決方法を考えつきました。

①は過去に「考えた」という行為だけです。②は nghĩ という行為をし，ra でその結果を示しているわけですから「考えついた」となります。

2) thấy は，nhìn〈見つめる〉, trông, tìm, nghe などの動詞の後につきます。

 ① Anh ấy nhìn chị Hà và cười.
  彼はハーさんを見て笑います。

② Anh ấy nhìn thấy chị Hà nên đuổi theo chị ấy.
  彼はハーさんを見かけたので彼女を追いかけました。
  đuổi theo は〈追いかける〉の意。

①は「見る」ことを示しているだけです。②は見るという行為があり，thấy でその結果を示しているので「見えた」「見かけた」となります。

【電話の用語】

ベトナムでも国内外へ電話をかけることが簡単になりました。主な例をあげておきましょう。

Đấy là khách sạn～, phải không?	そちらは～ホテルですか。
Đấy là nhà Minh, phải không?	そちらはミンさんのお宅ですか。
Xin cho tôi nói chuyện với～?	～さんとお話したいのですが。
Ai nói đấy?	どちらさまですか。
Xin cho biết tên bà.	お名前は。
Ông muốn nói chuyện với ai?	どなたに御用ですか。
Chị Moe đang bận (điện thoại).	萌さんはお話し中です。
Hoa ơi, có điện thoại.	ホアさん，電話ですよ。
Hùng không có ở nhà bây giờ.	フンは今不在です。
Chị có nhắn gì không?	何か伝言がありますか。
nhắn は〈伝言する〉の意。	
Lát nữa chị gọi lại, được không?	少し後でかけなおしてくれませんか。
lát nữa は〈少し後〉の意。	
Khoảng 1 tiếng nữa tôi sẽ gọi lại.	1時間程後にまたかけます。

読んで訳しましょう

Bài tập 1.

(1) –Chào chị, chị cần gì?

(2) –Vâng, tôi muốn gửi thư về Nhật.

(3) Tôi có thể nhờ khách sạn gửi thư này được không?

(4) –Dạ không, chúng tôi không làm dịch vụ đó.

(5) Trước cửa hàng bách hóa gần đây có hòm thư.

(6) Chị hãy bỏ thư ở đó.

 (2) về … :〈…へ〉 自分の所属する所，場所などへ行く場合は về を使います。

 (3) nhờ :〈依頼する〉

  Tôi nhờ bạn tôi đi du lịch Hàn Quốc mua từ điển tiếng Hàn Quốc tốt về.

  私は韓国へ行く友達に，良い韓国語の辞書を買ってきてくれるように頼みました。

  từ điển は〈辞典〉〈辞書〉の意。

  Nhờ anh nhắn giúp là chị Moe gọi điện cho tôi.

  萌さんに，私に電話をかけるように伝言していただけませんか。

  Nhờ … giúp (giùm, hộ, cho) で〈〜していただけませんか〉〈〜して下さい〉の意。人に依頼するときの形です。gọi điện は〈電話をかける〉，gọi điện cho は〈〜に電話をかける〉の意。

 (4) dịch vụ :〈サービス〉

 (5) gần đây :〈この近く〉

  hòm thư : hòm は〈箱〉の意。手紙の箱→〈ポスト〉のこと。

 (6) bỏ :〈投げる〉 日本語の「投函する」と同じですね。

Bài tập 2.

(1) –Những con tem này rất đẹp!

(2) Anh sưu tập tất cả một mình, phải không?

(3) –Dạ, mấy năm trước chị tôi làm việc ở nhiều nước nên số tem có nhiều lên.

(4) – Đây là tem của nước nào anh?

(5) – À, của châu Phi đây.

(6) – Người ta nói rằng từ nay trở đi sẽ là thời đại máy tính điện tử, sẽ không cần viết trực tiếp vào giấy bằng bút.

(7) Anh nghĩ như thế nào?

(8) – Chắc thư tín điện tử rất tiện lợi, nhưng tôi nghĩ rằng thư viết bằng tay thì vẫn hay hơn theo nhiều nghĩa nên nhất định không mất được.

 (1) tem：〈切手〉 類別詞に con をとることもできます。tem kỷ niệm（kỷ niệm は〈記念〉の意）で〈記念切手〉，tem 1.000 đồng〈千ドン切手〉となります。

 (2) sưu tập：〈収集する〉
   một mình：〈ひとりで〉

 (3) số：〈数〉

 (5) châu Phi：〈アフリカ〉

 (6) từ ... trở đi：〈…以降〉
   thời đại：〈時代〉
   điện tử：〈電子〉 máy tính điện tử で〈コンピュータ〉の意。
   trực tiếp：〈直接〉 ⟷ gián tiếp 〈間接〉
   bút：〈筆〉〈ペン〉

 (8) thư tín：〈通信〉 thư tín điện tử で〈電子メール〉の意。
   tiện lợi：〈便利である〉

Bài tập 3.

 (1) Trước một bức tranh.

 (2) – Chị có nhìn ra cái gì đây không?

 (3) – Rồi, có lẽ đó là....

  (2) nhìn ra：〈注視してわかる〉〈理解する〉

ベトナムの文字

ベトナムでは20世紀初頭まで，公的な文書には中国の漢字を用いていました。民族語を表記する文字として，起源は明白ではありませんが，漢字をもとにした chữ Nôm〈チュノム〉（字喃）という文字が作られ，13世紀にはチュノムを用いた文学作品が現れています。チュノムは，漢字の音だけを拝借したり，字形を組み合わせるなど多様な方法で作られていますので，一見すると漢字パズルのようです。例えば，「白い」をチュノムでは「皉」と書きます。ベトナム語で「白い」を tráng といい，「壮」の字を tráng と読むので，意味は「白」で発音は「壮」と同じであると説明しているのです。チュノムは主に文学や日記などに用いられ，20世紀前半まで通用していましたが，現在ではほとんど用いられていません。

ベトナム語のローマ字表記 quốc ngữ〈クォックグー〉［国語］は，西洋の宣教師たちにより考案され，17世紀にその基礎ができ，次第に改良されてフランス植民地下では学校教育にも使用されるようになりました。1945年の八月革命以後その普及が急速に進められ，現在，唯一の公用文字として認められています。

この quốc ngữ により，ベトナム語は外国人にとっても非常に学びやすくなりました。しかし現在，ベトナムでは漢字を読める人はごく少数となっています。チュノムにいたってはおそらく専門家だけでしょう。これは文化や歴史を考えていく上で，ベトナムにとって大きな問題であると私は思っています。

Bài 15 — Tôi phải làm thế nào để giỏi tiếng Việt?

どうしたらベトナム語が上手になるでしょう

Moe : Tiếng Việt khó quá!
   Tôi biết chị không những biết nói tiếng Nhật mà còn biết nói tiếng Trung Quốc.
   Tôi phải làm thế nào để giỏi tiếng Việt?
Chi : Khi ở Hà Nội tôi đã học thuộc lòng giáo trình bằng cách đọc đi đọc lại thật to.
   Và tôi nghe chương trình phát thanh tiếng Nhật đều đặn hàng ngày.
Moe : Sau khi đến Nhật chị học như thế nào?
Chi : Tôi đã luyện phát âm chính xác bằng cách nhờ bạn Nhật phát âm mẫu rõ ràng từng từ một.
   Khi đi ra ngoài lúc nào tôi cũng mang theo sách, chữ nào không đọc được tôi nhờ người bên cạnh dạy cho.
Moe : Để nhớ được chữ Hán chắc chị đã vất vả, phải không?
Chi : Vất vả lắm. Nhưng càng học tôi càng thấy được mối liên quan giữa tiếng Việt, tiếng Trung Quốc và tiếng Nhật, nên rất thú vị.
Moe : Nếu đi du học thì có lẽ nói được ngay nhỉ?
Chi : Tôi cũng nghĩ thế.
   Nhưng trước khi đi, phải chuẩn bị những gì có thể.

萌　：ベトナム語は難しいわ。
　　　　私はあなたが日本語だけでなく，中国語も話すことができるのを知っています。どうしたら，ベトナム語が上手になるかしら。
チー：ハノイにいたとき，私は教科書を何回もくりかえし音読して暗記しました。それに，毎日必ずラジオの日本語番組を聞きました。
萌　：日本に来てからは，どのように勉強したのですか。
チー：日本人の友達に，一語ずつはっきりと模範の発音をしてもらい，正確な発音をするように練習しました。
　　　　外出するときは必ず本を持っていき，読めない文字は近くの人にたずねて教えてもらいました。
萌　：漢字を覚えるのは大変だったでしょう。
チー：大変でした。でも，勉強すればするほど，ベトナム語と中国語と日本語の関係がわかって，とてもおもしろいです。
萌　：留学すれば，すぐに話せるようになるかしら。
チー：そう思います。
　　　　でも留学する前に，できることは何でもやっておくべきだと思います。

《語句》

2. không những ～ mà còn ... ：〈～だけでなく…もまた〉　行為や状況が連続し重ねて行われる時に使います。☞【không những ～ mà còn ... の使い方】
3. Trung Quốc：[中国]〈中国〉
5. Chi：[枝]　人名です。
5. thuộc lòng：〈暗記する〉
5. giáo trình：[教程]〈教科書〉

　　　Tôi dùng giáo trình tiếng Việt cho đến tả tơi.
　　　私はベトナム語の教科書をぼろぼろになるまで使いました。
　　　　　tả tơi は〈ぼろぼろになる〉の意。

6. thật：形容詞，一部の動詞の前に置いて〈充分に〉〈明確に～な〉の意。đọc thật to で〈はっきりとした声で音読する〉。
7. chương trình：[章程]〈番組〉〈プログラム〉
7. phát thanh：[発声]〈(ラジオで) 放送する〉〈テレビで放送する〉は truyền hình。đài phát thanh で〈ラジオ局〉，đài truyền hình で〈テレビ局〉。

7. **đều đặn**：〈均等に〉〈規則正しく〉

   Bà tôi đi chợ ở siêu thị gần nhất đều đặn vào 4 giờ rưỡi chiều.
   私の祖母は，決まって午後4時半に一番近いスーパーに買い物にいきます。
   siêu thị は〈スーパーマーケット〉の意。

9. **sau khi ...**：〈…の後〉〈…した後で〉

10. **phát âm**：［発音］〈発音する〉

    Phát âm cho đúng tiếng nước ngoài nào cũng khó lắm.
    どんな外国語でも正しく発音するのは難しい。
    cho ... は〈…まで〉の意。cho đúng は〈正しいとみなされるまで〉の意。

10. **chính xác**：〈正確な〉

    Anh có biết địa chỉ chính xác của chị ấy không?
    彼女の正確な住所をご存じですか。
    địa chỉ は〈住所〉の意。

10. **nhờ**：〈頼む〉 ☞ Bài 10【使役動詞】

11. **mẫu**：〈模型〉〈見本〉

    Cho tôi xem một mẫu sản phẩm mới.
    新しい製品の見本を見せて下さい。
    sản phẩm は〈製品〉の意。

11. **rõ ràng**：〈明瞭な〉〈明白な〉

11. **từng ... một**：〈…ずつ〉

    Những quả này tôi muốn ăn thử từng tí một.
    私はこれらの果物を少しずつ試食してみたい。
    tí は〈少し〉の意。ít も同じ意。

11. **từ**：［詞］〈単語〉〈言葉〉

12. **đi ra ngoài**：〈外出する〉〈出かける〉

12. **lúc nào cũng ...**：〈いつでも…〉

    Ông ấy lúc nào cũng kiên nhẫn và biết hài hước.
    あの人はいつでも忍耐強く，またユーモアを解す人です。

kiên nhẫn は〈忍耐強い〉, hài hước は〈ユーモア〉の意。

12. mang theo：〈持ち歩く〉

   Nhiều thanh niên Nhật ngày nay luôn luôn mang theo điện thoại cầm tay.
   今の日本の若い人の多くは，常に携帯電話を持ち歩いています。

   thanh niên は〈青年〉, ngày nay は〈今日〉〈現在〉の意。

12. sách：〈本〉
13. dạy：〈教える〉
14. nhớ：〈覚える〉
14. Hán：〈漢〉（中国）　chữ Hán で〈漢字〉の意。

   Chị cho biết chữ Hán này phát âm như thế nào.
   この漢字はどのように発音するのか教えて下さい。

14. vất vả：〈苦しい〉〈つらい〉

   Cuộc sống của chúng tôi rất vất vả nhưng phải làm việc với hy vọng.
   私たちの生活はつらいが，希望を持って働かなければなりません。

   cuộc sống は〈生活〉, hy vọng は〈希望〉の意。

15. thấy：〈感じる〉〈思う〉
15. mối：感情や人間関係を示す言葉につける類別詞です。mối quan hệ〈関係〉
   (quan hệ は〈関係〉〈関係する〉), mối sầu〈愁い〉(sầu は〈愁える〉) など。
15. liên quan：〈関連〉〈関連する〉

   Hai sự kiện này có liên quan tế nhị lẫn nhau.
   この二つの事件は微妙に関連しあっています。

   sự kiện は〈事件〉, tế nhị は〈微妙〉に，lẫn nhau は〈相互に〉の意。

16. giữa：〈～の間〉
17. thú vị：〈興味深い〉〈おもしろい〉
18. du học：［遊学］〈留学する〉
20. trước khi …：〈…する前に〉
20. những gì …：〈（…するところの）何でも〉
20. có thể：〈できる〉

《ポイント》

【 không những ～ mà còn … の使い方】

1 ）〈～だけでなく…もまた〉

Tôi không những làm phiên dịch mà còn hướng dẫn du lịch cho đoàn đại biểu của Ủy ban nhân dân thành phố Huế.
私はフエ市人民委員会の代表団のために通訳をするだけでなく旅行のガイドもします。
phiên dịch は〈通訳〉, hướng dẫn は〈引率する〉, đoàn は〈団〉, đại biểu は〈代表〉, đoàn đại biểu で〈代表団〉の意。ủy ban は〈委員会〉, ủy ban nhân dân で〈人民委員会〉の意。人民委員会とはベトナムの地方行政を行う組織のことです。

2 ）否定形〈～ないどころか…でない〉

Mùa thu này trời không những không mưa mà còn không mát.
この秋は雨が降らないだけでなく，涼しくもありません。

この文型で否定形を使う場合は，「～ないどころか…でない」の意で嫌悪の感情が含まれますので注意してください。

3 ）〈～も…もない〉の意の場合は以下のように言います。

Anh ấy không uống rượu mà cũng không hút thuốc lá.
彼は酒も飲まないしタバコも吸いません。

【注意すべき表現法】

この課では không những ～ mà còn … や từng … một のような重要な表現をあげましたが，その他の注意すべき表現法を以下にあげておきます。参考にして下さい。

1 ）cứ（đến）～ là … :〈～にはきまって…〉

Hàng tháng, cứ ngày 25 là tôi được lĩnh lương.
毎月25日に私は給料をもらいます。
lĩnh は〈領収する〉, lương は〈賃金〉〈給料〉の意。

2 ）khi thì ～ khi thì … :〈時には～，時には…〉 lúc thì ～ lúc thì … も同じ意。

Tôi khi thì đọc sách ở nhà khi thì đi dạo ở công viên.
私は時には家で読書をし，時には公園で散歩します。

   đi dạo は〈散歩する〉の意。

3) vừa ～ đã ... :〈～するやいなや…した〉

  Bố tôi vừa nằm đã ngủ.
  父は横になるやいなや眠ってしまいました。

   nằm は〈横になる〉の意。

4) vừa ～ vừa ... :〈～であり…でもある〉（名詞），〈～だし…だ〉（形容詞），
〈～しながら…する〉（動詞）

  Bà ấy vừa là nghệ sĩ pianô vừa là nhà soạn nhạc.
  あの方はピアニストでもあり作曲家でもあります。

   nghệ sĩ は〈芸術家〉，nghệ sĩ pianô で〈ピアニスト〉の意。soạn nhạc は〈作曲する〉，nhà は〈専門職の人〉，nhà soạn nhạc で〈作曲家〉の意。

  Anh ấy vừa đẹp trai vừa thông minh.
  彼は美男子だし聡明です。

   đẹp trai は〈美男子〉，thông minh は〈聡明〉の意。

  Em trai tôi đang vừa uống chè vừa nói chuyện bằng điện thoại.
  弟はお茶を飲みつつ電話で話しています。

(37)   読んで訳しましょう………●

Bài tập 1.

 (1) – Theo báo Nhân Dân, mùa thu này ở miền Trung có lũ lụt to.

 (2)   Ở đó, tôi có nhiều bạn và người quen nên rất lo lắng.

 (3) – Chị không những nói được tiếng Việt rất thạo mà còn đọc được nhanh.

 (4)   Đọc hay nói tiếng Việt chị thấy đằng nào dễ hơn?

(5) －Cả đọc lẫn nói tôi đều không thấy dễ lắm.

(6)　Nhưng tôi thích nói chuyện với người khác nhiều hơn đọc cái gì một mình.

　　(1)　báo Nhân Dân：〈『ニャンザン』紙（新聞）〉　ベトナム共産党の機関紙です。
　　　　 lũ lụt：〈洪水〉
　　(2)　người quen：〈知人〉
　　(3)　thạo：〈上手な〉〈熟知した〉
　　(4)　đằng：〈方〉

Bài tập 2.

(1) －Chị sắp đi Việt Nam chưa?

(2) －Chưa. Sang năm tôi mới sang làm việc.

(3)　Chị cho biết khi tôi giao thiệp với người Việt thì tôi phải chú ý cái gì.

(4) －Chị cần giữ đúng lễ nghi thông thường là đủ.

(5) －Cảm ơn lời khuyên của chị.

　　(1)　sắp … chưa?：〈もうすぐ…しますか〉　sắp … は〈もうすぐ…〉の意。近接未来を示します。返答は以下のようになります。
　　　　　Chị sắp về nước chưa?　　もうすぐ帰国しますか。
　　　　　Sắp, tôi sắp về nước rồi.　 はい，もうすぐ帰国します。
　　　　　Chưa, tôi chưa về.　　　　 いいえ，まだ帰国しません。
　　(3)　giao thiệp：［交渉］〈交流する〉〈交際する〉　giao thiệp với … で〈…とつきあう，交際する〉の意。
　　　　 chú ý：［注意］〈注意する〉
　　(4)　giữ：〈保持する〉〈維持する〉
　　　　 lễ nghi：［礼儀］〈礼儀〉
　　　　 thông thường：［通常］〈普通の〉〈通常の〉
　　　　 là：〈〜ならば〉〈〜ということは〉　là の前にある文章を受けてその文を強調します。
　　(5)　lời：〈言葉〉
　　　　 khuyên：〈忠告する〉

読解編
Bài đọc

Bài 16 | Thời tiết.
天候

《 I 》

38)) Hôm qua (7-1), một đợt không khí lạnh đã ảnh hưởng đến các tỉnh phía Đông Bắc bộ nhưng chỉ với cường độ yếu nên nhiệt độ chỉ giảm 2–3℃ và mưa nhỏ rải rác.

TP, thị xã	Nhiệt độ ngày 8-1-2000	Ngày 9-1-2000	Ngày 10-1-2000
1. Hạ Long	18–23℃	18–23℃	18–24℃
2. Sa Pa	7–20	8–23	8–23
3. Hà Nội	18–23 (có lúc mưa nhỏ)	18–23 (không mưa)	19–25 (không mưa)
4. Hải Phòng	18–23	18–23	18–24
5. Huế	20–27	18–25	19–26
6. Hội An	22–28	20–26	21–27
7. Đà Nẵng	20–27 (không mưa)	20–26 (có lúc mưa nhỏ)	21–27 (không mưa)
8. Nha Trang	22–28	22–29	22–29
9. Đà Lạt	14–24	14–23	14–23
10. TP.HCM	23–32 (không mưa)	23–32 (không mưa)	23–32 (không mưa)
11. Vũng Tàu	23–33	23–33	23–33
12. Cần Thơ	23–32 (không mưa)	23–32 (không mưa)	23–32 (không mưa)

(*Trung tâm Quốc gia dự báo khí tượng thủy văn*)

(Theo : Báo *Tuổi Trẻ*, số 3058, ngày 8 tháng 1 năm 2000, tr. 3.)

《語句》

1. đợt：〈波〉 類別詞で，気象や現象で続いて繰り返される状態を数える場合に使います。
1. không khí：［空気］〈空気〉 một đợt không khí lạnh で〈寒波〉の意。
1. ảnh hưởng：［影響］〈影響をもつ〉
2. tỉnh：〈省〉 ベトナムの行政単位。日本の県に相当します。
2. bộ：〈地域〉〈部〉
2. cường độ：［強度］〈強度〉
3. giảm：〈減少する〉
3. … ℃：〈摂氏…度〉 … độ xê と読みます。
3. rải rác：〈ばらばらの〉〈点在して〉
4. TP：thành phố の略。
4. thị xã：〈市〉 thành phố より規模が小さい。
5. Hạ Long：ハノイに次ぐ北部の観光地ハロン湾を持つ都市です。
6. Sa Pa：北部の避暑地。山岳地域の少数民族と出会える機会があるため，観光客に人気があります。
7. có lúc：〈時々〉〈たまに〉
8. Hải Phòng：ハノイに次ぐ北部第二の都市で，ベトナムを代表する港として知られています。
10. Hội An：中部にあり，古くは貿易の重点都市で，日本との交易も盛んに行われ，日本人の居住区もありました。現在でも家屋や橋などにその名残があるといわれ，日本人の墓も残っています。
13. Đà Lạt：ベトナム南部の高原地にある都市。年間を通して快適な気候で，フランス植民地時代から避暑地とされていました。観光地としてだけでなく，最近では野菜や果物の栽培も盛んです。
15. Vũng Tàu：ホーチミン市近郊のリゾート都市。ブンタウ沖の石油産出により経済面でも急成長しつつある都市です。
16. Cần Thơ：メコン・デルタ最大の農業都市。
17. trung tâm：［中心］〈センター〉
17. quốc gia：［国家］〈国家〉

17. khí tượng：[気象]〈気象〉
17. thủy văn：〈水理〉
18. Tuổi Trẻ：〈青少年〉〈若者〉『トゥオイチェー』紙，ホーチミン市で発行されている新聞です。
18. tr.：〈ページ〉　trang の略。

《訳》

　昨日（1月7日），寒波が北部の東の各省に影響を及ぼしましたが，寒気は弱いので温度は2〜3℃下がるだけでしょう。また，所々で小雨が降るでしょう。

都市	2000年1月8日の気温	2000年1月9日	2000年1月10日
1. ハロン	18−23℃	18−23℃	18−24℃
2. サパ	7−20	8−23	8−23
3. ハノイ	18−23（時々小雨）	18−23（降雨なし）	19−25（降雨なし）
4. ハイフォン	18−23	18−23	18−24
5. フエ	20−27	18−25	19−26
6. ホイアン	22−28	20−26	21−27
7. ダナン	20−27（降雨なし）	20−26（時々小雨）	21−27（降雨なし）
8. ニャチャン	22−28	22−29	22−29
9. ダラト	14−24	14−23	14−23
10. ホーチミン市	23−32（降雨なし）	23−32（降雨なし）	23−32（降雨なし）
11. ブンタウ	23−33	23−33	23−33
12. カント	23−32（降雨なし）	23−32（降雨なし）	23−32（降雨なし）

(国家水理気象予報センター)

(『トゥオイチェー』紙，2000年1月8日，3058号，3ページより引用)

《 II 》

39 〈Áp thấp nhiệt đới đã suy yếu.〉

Vào chiều 28-9-2000, áp thấp nhiệt đới đã suy yếu thành áp thấp. Lúc 16 giờ cùng ngày, vị trí tâm áp thấp ở vào khoảng 16,5–17,5 độ vĩ bắc, 108–109 độ kinh đông, sức gió mạnh nhất ở vùng gần tâm áp thấp mạnh cấp 5. Dự báo trong 12 giờ tới vùng áp thấp tiếp tục di chuyển vào sát bờ phía bắc Đà Nẵng và suy yếu dần.

Do ảnh hưởng của áp thấp, vùng biển từ Quảng Bình đến Thừa Thiên-Huế có gió xoáy mạnh cấp 5. Đây là tin cuối cùng về vùng áp thấp này.

(Theo: Báo *Tuổi Trẻ*, số 3173, ngày 29 tháng 9 năm 2000, tr. 3.)

《語句》

1. áp thấp：〈低気圧〉
1. nhiệt đới：[熱帯]〈熱帯〉 áp thấp nhiệt đới で〈熱帯低気圧〉の意。
1. suy yếu：〈衰弱する〉〈衰退する〉
2. thành：〈～になる〉
3. cùng ngày：〈同日〉
3. vị trí：[位置]〈位置〉
3. tâm：[心]〈中心〉
4. độ：〈度〉 緯度, 経度を示す場合に使います。
4. vĩ bắc：〈北緯〉 vĩ độ bắc (vĩ độ は〈緯度〉の意) の略。
4. kinh đông：〈東経〉 kinh độ đông (kinh độ は〈経度〉の意) の略。
4. sức gió：〈風力〉
4. mạnh：〈強い〉
5. vùng：〈地域〉〈区域〉
5. cấp：〈階級〉〈レベル〉
5. trong：〈～間に〉〈～中〉

6. di chuyển：〈移動する〉　di chuyển vào … で〈…に移動する〉の意。
6. sát：〈接近した〉〈近づいた〉
6. bờ：〈岸辺〉
6. dần：〈徐々に〉
7. do：〈～により〉
7. vùng biển：〈領海〉
7. Quảng Bình：中部の省
7. Thừa Thiên-Huế：フエ市と8県からなる中部の省
8. gió：〈風〉
8. xoáy：〈渦巻く〉
8. tin：〈ニュース〉〈知らせ〉

《訳》
〈熱帯低気圧は衰退〉
　2000年9月28日午後に，熱帯低気圧は衰えて低気圧になりました。同日16時，低気圧の中心は，およそ北緯16.5度から17.5度，東経108度から109度にあって，最大風力は低気圧の中心付近で風力5です。今後12時間の予想では，低気圧の地域は引き続きダナンの北部沿岸付近に移動し続け，次第に衰えるでしょう。
　低気圧の影響により，クアンビン省からトゥアティエン・フエ省までの海岸地域で風力5の竜巻状の風があります。これが，今回の低気圧地域に関する最後のニュースです。
　　　　　（『トゥオイチェー』紙，2000年9月29日，3173号，3ページより引用）

ことわざ

　Tục ngữ〈ことわざ，俗言〉や thành ngữ〈慣用句〉はたいへん興味深いものですが，複雑な意味を持っていて一筋縄ではいきません。日本とよく似たものもあるので，まず天気について述べたものから始めましょう。

　Chuồn chuồn bay thấp thì mưa, bay cao thì nắng, bay vừa thì râm.
　トンボが低く飛ぶと雨，高く飛ぶと晴れ，普通だと曇り。

chuồn chuồn は〈トンボ〉，vừa は〈中位の〉，râm は〈曇で薄暗い〉の意。日本にも「燕が低く飛ぶと雨」ということわざがあります。

　Nước đến chân mới nhảy.　　　水が足下に来てから跳ぶ。

nhảy は〈跳ぶ〉の意。いわゆる「泥縄」（泥棒を見て縄をなう）と同じ意。どこでも，事がおきるまでのんきに構えている人がいるようです。

　Căng da bụng thì chùng da mắt.　　お腹の皮が張るとまぶたがゆるむ。

căng は〈張る〉，chùng は〈ゆるむ〉の意。韻を踏んでいます。mắt は〈目〉の意。お腹がいっぱいで眠くなる時は，同じ言いかたをするのですね。食べ物ではこんな言いかたがあります。

　Ăn mày đòi xôi gấc.　　　　乞食がご馳走をせがむ。

ăn mày は〈乞食〉，đòi は〈要求する〉の意。「身の程知らず」ととってもいいと思います。日本の「乞食の麦嫌い」ということわざが似ています。

　Cơm vào miệng vẫn còn rơi.　　ご飯を口に入れても落とす。

miệng は〈口〉，rơi は〈落とす〉の意。「上手の手から水が漏る」に近い意味でしょう。注意深くするようにとのいましめです。

　Xấu mặt dễ sai, đẹp trai khó khiến.
　　容貌の悪い男（夫）は使いやすく，顔立ちのいい男は扱いにくい。

mặt は〈顔〉，xấu mặt は〈醜い顔〉の意。翻訳に困ります。sai は〈命じる〉の意。美男子は（美人も）甘やかされて育ち，わがままだと思われているのでしょう。半分は嫉妬からかもしれませんが。

Bài 17. Phan Bội Châu.
ファン・ボイ・チャウ

Phan lập ra *Hội Duy Tân* (1904), chủ trương bạo động và nhờ ngoại viện để khôi phục nền độc lập. Đầu năm 1905 ông sang Nhật rồi quay về dấy lên một phong trào Đông Du vào năm 1905–1908. Ông viết nhiều tác phẩm tuyên truyền cách mạng như *Việt Nam vong quốc sử*, *Hải ngoại huyết thư* v.v.

Lãnh đạo phong trào Đông Du, Phan Bội Châu đã tổ chức Công hiến hội tập hợp 200 lưu học sinh Việt Nam sang Nhật học tập chính trị, khoa học, quân sự. Những năm cuối cùng trên đất Nhật, ông lập ra các hội có tính chất *"đoàn kết quốc tế"*, như hội Đông Á đồng minh (gồm một số người Nhật Bản, Trung Quốc, Triều Tiên, Ấn Độ v.v....), để giúp nhau chống lại bọn đế quốc.

Khoảng tháng 3-1909, tổ chức Đông Du bị giải tán và Phan bị chính phủ Nhật trục xuất. ...... Phan Bội Châu sang Xiêm hoạt động. Hơn một năm sau, khi cách mạng Tân Hợi (1911) thành công, Phan lại trở về Trung Quốc và thành lập *Việt Nam quang phục hội* mà tôn chỉ duy nhất là đánh đuổi giặc Pháp, khôi phục nước Việt Nam, thành lập nước *Cộng hòa dân quốc Việt Nam*.

(Trích : *Văn Hóa Việt Nam—Tổng hợp 1989–1995*, Ban văn hóa văn nghệ trung ương, Hà Nội, 1989, tr. 194)

《語句》

0. Phan Bội Châu：潘佩珠（1867〜1940）は，武装闘争によって独立を果たそうとし，日露戦争に勝利した日本に軍事的支援を求めてきた。しかし，日本人や亡命中国人政治家らの勧めを受けて，人材育成のための留学運動に転換し，東遊運動を起こしたが，フランスの要請を受けた日本政府が圧力をかけたため，短期間でこの運動は終息した。

1. Hội Duy Tân：〈維新会〉 1904年にファン・ボイ・チャウが結成した抗仏・独立のための組織。

1. chủ trương：〈主張する〉

1. bạo động：［暴動］〈武力闘争〉

2. ngoại viện：〈外国の支援〉〈援助〉

2. khôi phục：〈回復する〉

2. nền：社会や人間生活の基盤となる活動につける類別詞

2. đầu：〈はじめ〉

3. quay：〈戻る〉

3. dấy：〈起こす〉

3. lên：前にある動詞の方向を示します。

3. phong trào：〈運動〉

3. Đông Du：［東遊］phong trào Đông Du で〈東遊（ドンズー）運動〉

4. viết：〈著す〉

4. tác phẩm：［作品］〈作品〉〈著作〉

4. tuyên truyền：〈宣伝する〉

4. vong quốc：〈亡国〉〈亡国〉

5. sử：［史］〈歴史〉 Việt Nam vong quốc sử で『ベトナム亡国史』。1905年出版。

5. hải ngoại：［海外］〈海外〉

5. huyết thư：［血書］〈血書〉 Hải ngoại huyết thư で『海外血書』。1906年出版。

6. lãnh đạo：〈指導する〉

6. Công hiến hội：〈公憲会〉 1907年結成。在日ベトナム人留学生の為の組織。

7. tập hợp：〈集合する〉

7. lưu học sinh：［留学生］〈留学生〉

7. học tập：［学習］〈学習する〉

8. khoa học：［科学］〈科学〉

8. quân sự：［軍事］〈軍事〉

8. đất：〈土地〉

9. tính chất：［性質］〈性質〉〈性格〉

9. đoàn kết：［団結］〈団結〉

9. hội：［会］〈会〉

9. đông Á：［東亜］〈東アジア〉

9. đồng minh：［同盟］〈同盟〉　hội Đông Á đồng minh で〈東亜同盟会〉の意。1908年結成。アジアの被植民地諸民族の連帯をめざした。

10. gồm：〈含む〉

10. một số：〈若干数の〉

10. Triều Tiên：［朝鮮］〈朝鮮〉

10. Ấn Độ：［印度］〈インド〉

11. chống lại：〈反抗する〉

11. bọn：年少者や軽視する対象の複数形を示します。

11. đế quốc：［帝国］〈帝国主義の〉

12. giải tán：［解散］〈解散する〉

13. chính phủ：［政府］〈政府〉

13. trục xuất：〈追放する〉

13. Xiêm：〈シャム〉　タイの旧称。

13. hoạt động：［活動］〈活動する〉

14. Tân Hợi：〈辛亥〉　cách mạng Tân Hợi で〈辛亥革命〉。

14. thành công：〈成功する〉

15. trở：〈戻る〉

15. thành lập：［成立］〈設立する〉〈樹立する〉

16. quang phục：〈復興させる〉　Việt Nam quang phục hội で〈ベトナム光復会〉の意。維新会を改組して1912年に結成。

16. tôn chỉ：〈趣旨〉〈綱領〉

16. duy nhất：〈唯一の〉
16. đánh đuổi：〈敵を打ち払う〉
16. giặc：〈敵〉
17. cộng hòa：［共和］〈共和〉
17. dân quốc：［民国］〈民国〉　Cộng hòa dân quốc Việt Nam で〈ベトナム共和民国〉の意。光復会が独立後にめざした政体。
18. trích：〈抜粋〉
18. văn hóa：［文化］〈文化〉
18. tổng hợp：［総合］〈総合〉
18. ban：〈委員会〉
18. văn nghệ：［文芸］〈文芸〉

《訳》

　ファンは維新会を設立し（1904），武装闘争と独立回復のために海外からの援助を仰ぐことを主張した。1905年初頭に彼は日本に渡り，帰国して1905年から1908年の東遊運動をおこした。彼は『ベトナム亡国史』や『海外血書』のような革命を宣伝する多くの作品を著した。
　東遊運動を指導したファン・ボイ・チャウは，「公憲会」を組織して，日本へ渡って政治，科学，軍事を学ぶベトナム人留学生を200名集めた。日本での後半期には，彼は連帯して帝国主義者に抵抗するための，東亜同盟会（若干名の日本人，中国人，朝鮮人，インド人などを含む）のような「国際的団結」の性格をもつ各会を設立した。
　1909年3月頃，東遊運動の組織は解散させられ，ファンは日本政府により追放された。……ファン・ボイ・チャウはシャムに渡って活動した。1年余の後，辛亥革命（1911）が成功した時，ファンは中国にまた戻ってベトナム光復会を立てた。これは，フランスを撃退し，ベトナム国を回復し，共和制のベトナム民国を立てることを唯一の綱領とするものであった。
　　　　　　　　　　　　　　（『ベトナム文化—総合1989-1995』中央文化文芸委員会,
　　　　　　　　　　　　　　　ハノイ，1989年，194ページより抜粋）

Bài 18 — Bài nói chuyện của Chủ tịch Hồ Chí Minh.
ホー・チ・ミンの講話

41))) ⟨Bài nói chuyện tại lớp học nghiệp vụ nấu ăn đầu tiên toàn miền bắc⟩

1 – Ăn là rất cần thiết. Người ta phải ăn để sống, để lao động, để xây dựng chủ nghĩa xã hội. Tục ngữ nói : Có thực mới vực được đạo. Điều đó ai cũng hiểu, không cần nói nhiều.

2 – Nhưng nhiều người chưa hiểu rõ *vị trí* của những người nấu ăn và dọn ăn. Vì vậy mà có những *ý nghĩ sai lầm* như :

—Xem khinh nghề nấu ăn, cho rằng nghề đó là nghề hầu hạ người khác.

—Cho rằng nghề đó không có tiền đồ. Thậm chí e làm nghề đó thì sẽ ế vợ sẽ ế chồng v.v.. Những ý nghĩ đó hoàn toàn không đúng.

3 – Ăn thì phải nhờ có nông dân sản xuất gạo, rau, cá, thịt…. Nhưng còn cần phải nhờ vào những người nấu nướng, chế biến thành thức ăn. Vậy những người nấu ăn và dọn ăn có *nhiệm vụ rất quan trọng*.

……

Một điểm quan trọng nữa là vấn đề giải phóng phụ nữ. Kinh tế của ta càng phát triển, nhà ăn công cộng càng thêm nhiều, thì phụ nữ sẽ rảnh rang để tham gia lao động. Như vậy phụ nữ mới thật được giải phóng, nam nữ mới thật là bình quyền. Mà muốn mở thêm nhiều nhà ăn công cộng thì phải có nhiều anh nuôi, chị nuôi tốt.

※　　※　　※

7 – Có người nói : làm việc bếp núc vất vả, không học tập được, không vẻ vang. Nói vậy không đúng.

Ngày trước, Bác cũng làm phụ bếp. Lúc đó Bác là vong quốc

nô, làm phụ bếp cho thực dân Pháp. Công việc vất vả từ 5 giờ đến 9, 10 giờ tối. Nhưng Bác vẫn học được văn hóa và chính trị. Có *quyết tâm* thì nhất định được. Ngày nay, các cô, các chú có điều kiện thuận lợi hơn nhiều. Bác mong các cô, các chú cố gắng học để tiến bộ.

Nói ngày 2 tháng 7 năm 1961. In trên báo *Nhân Dân*, số 2661, ngày 4 tháng 7 năm 1961.

(Trích : *Hồ Chí Minh toàn tập 1961–1965*, Nhà xuất bản Sự Thật, Hà Nội, 1989, tr. 122–124)

《語句》────────────────────────────●

1. bài :〈文章〉〈演説〉
1. nói chuyện :〈講話〉
1. lớp học :〈学級〉〈教室〉
1. nghiệp vụ :［業務］〈専門的な仕事〉
1. nấu ăn :〈料理する〉〈炊事する〉
1. toàn :［全］〈全て〉
2. cần thiết :〈必須の〉
3. chủ nghĩa :［主義］〈主義〉
3. xã hội :［社会］〈社会〉 chủ nghĩa xã hội で〈社会主義〉
3. thực :［食］〈食物〉
3. vực :〈扶助する〉〈支える〉
4. đạo :［道］〈道理〉
5. vị trí :〈地位〉
6. dọn :〈整える〉〈並べる〉 dọn ăn で〈食卓を整える〉〈用意をする〉の意。
6. vì vậy :〈そのために〉〈それゆえに〉 vì thế, do đó も同じ意。
6. mà : 結果を示します
6. ý nghĩ :〈考え〉〈意識〉

6. sai lầm：〈誤った〉〈間違い〉

7. xem khinh：〈軽視する〉〈蔑視する〉

7. cho：〈みなす〉〈思う〉

7. hầu hạ：〈仕える〉

9. tiền đồ：［前途］〈前途〉

9. thậm chí：〈〜さえ〉〈〜とまでも〉

9. e：〈恐れる〉

10. ế：〈結婚できない〉 ế vợ もしくは ế chồng の形で使います。

10. hoàn toàn：〈完全に〉〈全く〉

11. nhờ có：〈〜のおかげである〉

11. sản xuất：〈生産する〉

11. gạo：〈米〉

11. rau：〈野菜〉

12. còn：〈さらに〉〈また〉

12. nhờ vào：〈〜に頼る〉〈頼む〉

12. nấu nướng：〈料理する〉

12. chế biến：〈加工する〉

13. thức ăn：〈調理品〉〈食品〉

13. nhiệm vụ：［任務］〈任務〉

14. quan trọng：〈重要な〉

17. ta：〈我々〉

17. công cộng：［公共］〈公共の〉

18. rảnh rang：〈ひまな〉〈自由な時間を持つ〉

18. tham gia：［参加］〈参加する〉

19. nam nữ：［男女］〈男女〉

19. mới：強調を示します。（口語で使います）

19. bình quyền：〈平等の権利である〉

20. anh nuôi, chị nuôi：〈(男女の) 料理人〉 nuôi は〈養う〉の意。anh nuôi, chị nuôi は本来〈軍隊の炊事係〉の意。

22. bếp núc：〈調理場〉

23. vẻ vang：〈輝かしい〉〈晴れやか〉

24. ngày trước：〈以前〉

24. Bác：ホー・チ・ミンの自称。ホー・チ・ミンに対する敬意を込めて，大文字で記されています。

24. phụ bếp：〈料理人の助手〉

24. lúc đó：〈当時〉

25. nô：nô lệ〈奴隷〉の略。vong quốc nô で〈亡国の奴隷〉の意。

25. thực dân：〈植民地主義者〉

25. công việc：〈仕事〉

27. quyết tâm：［決心］〈決意〉〈決意する〉

27. các cô, các chú：大人の男女に対し敬意をこめる場合に使用されます。

27. điều kiện：［条件］〈条件〉

28. thuận lợi：〈都合のよい〉〈有利な〉

28. cố gắng：〈努力する〉

31. in：〈印刷する〉

33. toàn tập：［全集］〈全集〉

33. xuất bản：〈出版する〉　nhà xuất bản で〈出版社〉の意。

33. sự thật：［事実］〈事実〉〈真理〉

《訳》

〈全北部第一回調理人業務教室での講話〉
1―食べることは最も必要なことです。人は生きるため、働くため、社会主義を建設するために食べなければなりません。ことわざにも「食足りて礼節を知る」とあります。それは誰にもわかることなので、多くを語る必要はないでしょう。
2―しかしかなりの人が、料理する人や食卓の準備をする人の地位をまだはっきりと理解していません。そのために、次のような間違った考えがあります。
　料理の職業を軽視して、他人に仕える職業だとする。また前途のない職業であると考える。その仕事では結婚することができないとさえも思う、など。
　これらの考えは完全に誤っています。
3―食べるためには、農民に米や野菜、魚、肉などを作ってもらわねばなりません。しかし、さらに料理人に料理してもらわなければなりません。ですから、料理する人や食卓の準備をする人は、とても重要な任務を持っているのです。
　さらに重要な点は、女性の解放問題です。わが国の経済が発展すればするほど、公共の食堂はますます増え、女性は労働に参加する時間ができるでしょう。そうなってこそ女性は真に解放され、男女は本当に同権です。もし、公共の食堂をたくさん開こうとするならば、良い料理人がたくさんいなければなりません。

　　　　　　　　※　　　※　　　※

7―料理の仕事は大変で、勉強することができないし、誇らしい仕事でもない、という人がいますが、これは正しくありません。
　以前、私も料理人の助手をしていました。当時私は亡国の民で、フランス植民地主義者のために働いていました。仕事はつらく朝の5時から夜9時、10時まででした。それでもやはり私は文化や政治を学ぶことができました。決意すれば必ずできます。今日、皆さんはもっと良い条件のもとにあります。私は皆さんが進歩するために勉学に励まれることを希望します。
　　〔1961年7月2日の講話。『ニャンザン』紙、1961年7月4日、2661号に掲載〕
　　　　　　　　（『ホーチミン全集1961-1965』スタット出版社、ハノイ、
　　　　　　　　1989年、122-124ページより抜粋）

練習問題解答

[Bài 1]
Bài tập 1.
- (1) (a) （男性に）こんにちは。
  - (b) （女性に）こんにちは。
- (2) (a) （性別を問わず）皆さん、こんにちは。
  - (b) （複数の男性と一人の女性に）皆さん、こんにちは。
- (3) (a) 先生、こんにちは。
  - (b) 皆さん、こんにちは。

Bài tập 2.
- (1) ミンさんを待っているのは誰ですか。
- (2) 萌は誰を待っていますか。
- (3) ミンさんはどなたですか。

[Bài 2]
Bài tập 1.
- (1) あなたのお名前は何ですか。
- (2) 私の名前はハーです。
- (3) ハーという字はどんな意味ですか。
- (4) 「河」という意味です。
- (5) あなたの名字は何ですか。
- (6) グエンです。グエン・ビク・ハーです。

Bài tập 2.
- (1) 皆さんは中国人ですか。
- (2) いいえ。
- (3) どの国からいらっしゃったのですか。
- (4) 私たちは日本からきました。

[Bài 3]
Bài tập 1.
- (1) あなたのカバンはどれですか。
- (2) ほら、あれです。

Bài tập 2.
- (1) あなたの息子さんは何の仕事をしていますか。
- (2) 私の子どもは鈴木会社で働いています。

Bài tập 3.
- (1) こちらは私の上司の田中さんです。
- (2) お目にかかれてうれしいです。
- (3) 私もお会いできてうれしいです。

Bài tập 4.
- (1) あなたはベトナム人ですか。
- (2) 私は中国人ですが，ベトナム国籍です。
- (3) では中華系ベトナム人ですね。
- (4) はい，そうです。

[Bài 4]

Bài tập 1.
- (1) 明日は何日ですか。
- (2) 今日は14日，だから明日は15日です。
- (3) 何月ですか。
- (4) 2月，明日はあなたの誕生日でしたよね。
- (5) そうですとも。

Bài tập 2.
- (1) おかあさん，今日国際病院でニャム叔父さんに会ったよ。
- (2) ニャム叔父さんは医者で，そこで働いているのよ。
- (3) 叔父さんに会うのはずいぶん久しぶりだった。
- (4) おまえ叔父さんにあいさつしたかい。
- (5) したよ。

Bài tập 3.
- (1) 略
- (2) một hai ba bốn năm sáu bảy tám chín mười

[Bài 5]

Bài tập 1.
- (1) あれは何ですか。
- (2) あれは漆絵です。
- (3) 日本に漆絵はありますか。
- (4) ベトナムのものに似たものがあります。

Bài tập 2.
- (1) 今年は何年ですか。
- (2) 今年は2001年です。
- (3) hai nghìn không trăm linh một

Bài tập 3.
- (1) この用紙に記入して下さい。
- (2) はい，thị thực という言葉は何の意味か教えて下さい。
- (3) thị thực とは，英語でいうとビザのことです。

Bài tập 4.
- (1) あなたの電話を使ってもいいですか。
- (2) もちろん，いいですとも。

[Bài 6]

Bài tập 1.
- (1) この店は何時から開きますか。
- (2) 朝の8時半からです。
- (3) 今何時ですか。
- (4) 8時10分前です。

Bài tập 2.
- (1) 一番好きなのはどの果物ですか。
- (2) ドリアン以外は何でも好きです。
- (3) どうしてその果物が嫌いなのですか。
- (4) それの匂いががまんできないからです。

Bài tập 3.
- (1) 時間はたっぷりあっても、お金は少ししかない。
- (2) ささやかなものですが、心はこもっています。（人に何かを贈るときなどに使う言葉です）

[Bài 7]

Bài tập 1.
- (1) あなたはコーヒー，紅茶とカムのジュースのどれが好きですか。
- (2) 私は紅茶が一番好きです。

Bài tập 2.
- (1) あなたは音楽を聞くのが好きですか。
- (2) はい，でも絵を見る方がもっと好きです。
- (3) 絹絵ですか，それとも油絵ですか。
- (4) 両方とも好きです。

Bài tập 3.
- (1) もしあなたがバイントムを食べたことがないなら，作ってあげましょう。
- (2) ありがとう。私は今までバイントムを食べたことはありません。
- (3) バイントムは道端で皆がたびたび食べているものですね。
- (4) そのとおりです。安くておいしい。日本人もとても好んで食べます。

Bài tập 4.
- (1) もしあなたが宝くじに当たったら何に使いますか。
- (2) 旅行に行くのに使います。

[Bài 8]

Bài tập 1.
- (1) こんにちは。自己紹介します。私の名前は佐伯といい，日本人です。
- (2) こんにちは。どうぞ気楽になさって下さい。
- (3) タバコはいかがですか。
- (4) ありがとう，私は吸いません（結構です）。

Bài tập 2.
- (1) 私はあなたが何を言っているのかわかりません。

Bài tập 3.
(1) なぜあなたはテレビを持っていないのですか。
(2) どうして私がテレビを持たなければならないのですか。
(3) 私はテレビを見るのが好きではありませんから、今もこれからも持たないでしょう。

Bài tập 4.
(1) 私はあなたが先月ベトナムに行ったと聞きました。
(2) ベトナムをどのように思いましたか。
(3) ベトナム人は旅行客にとても友好的だと思いました。

[Bài 9]

Bài tập 1.
(1) このホテルには、どこかに食堂がありますか。
(2) はい、あります。食堂は1階にあります。
(3) 食事のあと、食堂で支払いをしなければいけませんか。
(4) そこで支払いをしても、請求書に部屋の番号を記入してもいいです。

Bài tập 2.
(1) この地図で私たちはどこにいるのか教えていただけませんか。
(2) ここです。皆さんはチャンティ通りにいるんです。
(3) 私たちは美術館に行きたいのです。
(4) 歩いてどのくらいかかりますか。
(5) ここからまっすぐ行って10分ぐらいです。

[Bài 10]

Bài tập 1.
(1) もしもし、こちらは638号室ですが。
(2) はい、何か御用ですか。
(3) 冷蔵庫が故障しています。
(4) 誰かをすぐ見に行かせます。

Bài tập 2.
(1) お父さんのカバンを持ちましょう。
(2) ありがとう。ああ、気をつけてね。
(3) そのカバンには大事なものが入っているんだ。
(4) あっ、手がすべった。
(5) だから言ったじゃないか。

[Bài 11]

Bài tập 1.
(1) 庭に誰か来ましたか。
(2) 暗くなってきたので分かりません。

Bài tập 2.
(1) このカードで支払えますか。
(2) もちろんです。

(3) この用紙に日にち，氏名，カード番号を記入してください。
(4) 今日は何曜日ですか。
(5) 今日は2001年9月7日木曜日です。

[Bài 12]
Bài tập 1.
(1) お腹が痛い。
(2) きっと悪いものを食べたんでしょう。
(3) いつから痛むのですか。
(4) 昨夜からです。
(5) そのときと今朝と，2回薬を飲んだのにまだ良くなりません。
(6) それなら病院に行って見てもらわなければ。
(7) 車であなたを病院まで連れていってあげましょう。
Bài tập 2.
(1) 診察室で。
(2) 医者：どうかしましたか。
(3) 病人：このごろ眠れません，いろいろ心配ごとがあるので。
(4) 医者：何を心配しているのですか。
(5) 病人：死についてです。
(6) 　　　いつ死ぬか，死んだらどこへ行くのかなど。
(7) 医者：心配しなくてもいいですよ。
　　　　人はいつ自分が死ぬか決して分かりません。

[Bài 13]
Bài tập 1.
(1) 皆さん何になさいますか。
(2) 鶏のスープを2皿，ネムザンを1皿，フライドポテトを1皿，サラダを1皿下さい。
(3) （食事の後）お勘定をお願いします。
Bài tập 2.
(1) いらっしゃいませ。
(2) アオザイを一着つくりたいのですが。
(3) はい，何色がよろしいでしょうか。
(4) オレンジ色が好きです。
(5) こちらです。これはあなたにとても似合うと思いますよ。
(6) いいえ，派手すぎです。
(7) 派手じゃありませんよ。
(8) これは最新の流行色です。

[Bài 14]
Bài tập 1.
(1) いらっしゃいませ。御用はなんでしょう。
(2) はい。私は日本へ手紙を出したいのです。

(3) このホテルで手紙を出してくれませんか。
(4) いいえ，ここではできません。
(5) この近くのデパートの前に郵便ポストがあります。
(6) そのポストに入れて下さい。

Bài tập 2.
(1) これらの切手はとてもきれいですね。
(2) 全部自分ひとりで集めたのですか。
(3) ええ，姉が2〜3年前からあちこちの国で働いているので，切手の数が多くなったのです。
(4) これはどこの国の切手ですか。
(5) ああ，アフリカのです。
(6) これからはコンピュータの時代で，ペンで紙に直接書く必要はなくなるだろうといわれています。
(7) あなたはどう思いますか。
(8) たしかに電子メールはとても便利ですが，手書きの手紙はいろいろな意味でもっと楽しみがありますから，決してなくならないと思います。

Bài tập 3.
(1) ある絵の前で。
(2) ここにあるのが何だかわかりますか。
(3) はい，たぶんそれは……。

[Bài 15]

Bài tập 1.
(1) 『ニャンザン』紙によると，この秋に中部で大洪水があったそうです。
(2) そこには，友達や知り合いがたくさんいるので心配です。
(3) あなたはベトナム語をとても流暢に話すだけでなく，読むのも速いですね。
(4) ベトナム語を読むのと話すのではどちらが易しいですか。
(5) 読むのも話すのもあまり易しくありません。
(6) でも私は人と話すほうがひとりで何かを読むより好きです。

Bài tập 2.
(1) あなたはもうすぐベトナムに行くのですか。
(2) いいえ。来年私はそこへ仕事で行きます。
(3) ベトナムの人と付き合う場合に注意すべきことは何か，教えて下さい。
(4) 普通の礼儀を守れば充分です。
(5) ご意見をありがとう。

参考文献

(1) 辞書・語彙集

小野地成次編『ベトナム語辞典（ベトナム語－日本語）』風間書房，1980
竹内与之助編『越日小辞典』大学書林，1986
竹内与之助編『日越小辞典』大学書林，1985
冨田健次編『ベトナム語基本単語2000』語研，1994
何成等編『越漢辞典』北京：商務印書館，1997
漢越辞典編写組編『漢越詞典』北京：商務印書館，1997
雷航主編『現代越漢詞典』北京：外語教学与研究出版社，1998
Nguyễn Việt Hương, Nguyễn Văn Hảo, *Từ điển học tập Nhật-Việt*, Nhà xuất bản giáo dục, The Japan Foundation, 1997
Nguyễn Đình Hoà, *Vietnamese-English Dictionary*, Charles E. Tuttle co., Tokyo, 1969
Bùi Phụng, *Từ điển Việt-Anh*, Nhà xuất bản đại học và giáo dục chuyên nghiệp, Công ty phát thành sách Hà Nội, Hà Nội, 1992
Nguyễn Anh Dũng, Nguyễn Thị Tuyết, Quang Hùng, *Từ điển Việt-Anh*, Nhà xuất bản Đồng Nai, Biên Hòa, 1998
Uỷ ban khoa học xã hội Việt Nam, Viện Ngôn ngữ học, *Từ điển Anh-Việt*, Nhà xuất bản khoa học xã hội, Hà Nội, 1985
Trung tâm khoa học xã hội và nhân văn quốc gia, Viện Ngôn ngữ học, *Từ điển Anh-Việt*, Nhà xuất bản T.P. Hồ Chí Minh, 1994
Viện khoa học xã hội Việt Nam, *Từ điển Pháp-Việt*, Nhà xuất bản khoa học xã hội, Hà Nội, 1992
Viện khoa học xã hội Việt Nam, *Từ điển Việt-Pháp*, Nhà xuất bản khoa học xã hội, Hà Nội, 1994
Văn Tân chủ biên, *Từ điển tiếng Việt*, Nhà xuất bản khoa học xã hội, Hà Nội, 1967
Viện Ngôn ngữ học, *Từ điển tiếng Việt*, Nhà xuất bản Đà Nẵng, Trung tâm từ điển học, Hà Nội-Đà Nẵng, 1998
Dương Kỳ Đức chủ biên, *Từ điển trái nghĩa tiếng Việt*, Nhà xuất bản giáo dục, Hà Nội, 1995
Vũ Dung, Vũ Thúy Anh, Vũ Quang Hào, *Từ điển thành ngữ và tục ngữ Việt Nam*, Nhà xuất bản văn hóa thông tin, Hà Nội, 2000

(2) 事典

石井米雄他監修『東南アジアを知る事典』新訂増補版，平凡社，1999
石井米雄監修，桜井由躬雄，桃木至朗編『ベトナムの事典』同朋舎，1999

(3) 概説書・教科書

竹内与之助，日隈真澄『基礎ヴェトナム語』大学書林，1979
冨田健次，Lê Văn Quán『役に立つベトナム語会話集』大学書林，1985
冨田健次『ベトナム語の基礎知識』大学書林，1988
冨田健次『ヴェトナム語の世界』大学書林，2000
川口健一『エクスプレス ベトナム語』白水社，1991
川口健一，春日淳『こうすれば話せるベトナム語』朝日出版社，1998
宇根祥夫『初めて学ぶベトナム語』語研，1997

宇根祥夫，ホイン・トリー・チャイン『ベトナム語会話「決まり文句」600』語研，1998
宇根祥夫，ゴー・ミン・トゥイー『語学王 ベトナム語』三修社，1999
Nguyễn Đình Hòa, *Speak Vietnamese*, Charles E. Tuttle co., Tokyo, 1971
Đô Thế Dung, Lê Thanh Thủy, *Le vietnamien sans peine*, Assimil, 1994
Giáo trình cơ sở tiếng Việt thực hành, 2 tập, Trường đại học tổng hợp Hà Nội, Khoa tiếng Việt, Hà Nội, 1980
Nguyễn Hữu Quỳnh, *Tiếng Việt hiện đại*, Trung tâm biên soạn từ điển bách khoa Việt Nam, Hà Nội, 1994
Nguyễn Anh Quế, *Tiếng Việt cho người nước ngoài*, Nhà xuất bản giáo dục, Hà Nội, 1994
Bùi Tất Tươm chủ biên, *Giáo trình tiếng Việt*, Nhà xuất bản giáo dục, Hà Nội, 1995
Nguyễn Minh Thuyết, *Tiếng Việt cấp tốc*, Nhà xuất bản giáo dục, Hà Nội, 1995
Nguyễn Tài Cẩn, *Ngữ pháp tiếng Việt*, Nhà xuất bản đại học quốc gia, Hà Nội, 1996
Nguyễn Việt Hương, *Thực hành tiếng Việt*, Nhà xuất bản giáo dục, Hà Nội, 1996

(4) 論文・その他
古田元夫「国家と言語——ヴェトナムを中心に」西川正雄・小谷汪之編『現代歴史学入門』東京大学出版会，1987
冨田健次「ベトナムの言語」大野徹編『東南アジア大陸の言語』大学書林，1987
冨田健次「ヴェトナム語」『言語学大辞典』第1巻・上，三省堂，1988
ホーチミン著，加茂徳治他訳『わが民族は英雄』新日本文庫，1976
内海三八朗著，千島栄一，櫻井良樹編『ヴェトナム独立運動家 潘佩珠伝』芙蓉書房出版，1999

語彙索引

a

a 122, *124*
à 54, *55*, 88, *92*, 95, 112, 122, 130
ạ 72, *73*, 87, 88, 121
ai 14, *15*, 17, 24, 27, 28, 77, 78, *86*, 88, 96, 103, 104, 128
ai cũng 44, 150
ái 92
a-lô 88, *90*, 95, 122
an toàn 111
Anh 73
anh 14, *15*, 16, *30*, *48*, 75, 76, *77*, 105, 112, 127
anh ấy 18, *19*, 20
anh nuôi 150, 152
ảnh 24, *25*, 85, 96
ảnh hưởng 140, *141*, 143
áo *37*, 105, 116
áo dài 121
áo len 114
áo mưa 105
áo sơ-mi 116
áo sơ-mi nữ 116
áp thấp 143
áp thấp nhiệt đới 143

ă

ăn 38, 64, *67*, 68, 69, 71, 87, 104, 110, 112, 121, 134, 150
ăn cơm 112, 113
ăn mày 145
ăn mừng 112, 115

â

âm lịch 115
âm nhạc 71
âm nhạc cổ điển 71
ấm 57; 118
ấm chè 68
Ấn Độ 146, 148
ấy *20*, *21*, 56, 96

b

ba 25, 39
ba ba 8, 47
bà 8, *30*, 134; 16, *77*; *48*, 58; 72, *74*
bà ấy 20
bà ngoại 30
bà nội 24, *27*, 30
bác *30*, 42, 45, 72, *77*; 150, 151, *153*
bác ái 96, 97
bác sĩ 41, 111
bạc 10, 120
bách hóa 62
bách thảo 99
bách thú 99
bài 15
bài tập *16*, 21, 37, 79
ban 60; 146, 149
ban đêm 60
ban ngày 60
bàn 47, 101
bán 42, 45
bản đồ 82, *83*, 85, 87
bạn *16*, 18, *19*, 34, 48, 61, 98, 101, 114, 127, 129, 132, 137
bạn gái 101
bạn trai 26
bánh chay 118
bánh chưng 112, 115
bánh giầy 112, 115
bánh tôm 71
bánh trôi 118
bao 34
bao giờ 32, 34, *38*–*39*, 78, 102, 110, 111
bao lâu 32, 35, 87
bao nhiêu 32, *35*, 36, 41, 42, 50, 53, 54, 72, 80, 89, 98, 101, 122, 124
báo 10, *33*, 107, 125
báo Nhân Dân 137, *138*, 151
báo Tuổi Trẻ 140, 143
bảo *93*, 95, 122, 124, *125*
bảo tàng 87
bão 93
bạo động 146, 147
bát *114*, 118, 121
bay 101, 145
bảy 39
bắc 44, 86
bằng 56, 72, *75*, 84, 103, 110, 130, 132, 137; 61
bắt 48
bắt đầu 79, 94, 102, 112, *113*
bận 57, 104, *106*, 128
bật 89
bây giờ 54, 55, *60*, 62, 72, 128
béo 42, *45*, 61, 122, 125

bên   25
bên cạnh   24, *25*, 132
bên phải   82, 85
bên trái   82, 85
bệnh   104, 105
bệnh nhân   111
bệnh tật   84
bệnh viện   34, 41, 104, *105*, 110
bếp núc   150, 152
bị   54, 55, 57, *58-59*, 95, 104, 107, 110, 124, 146
bị bệnh   104, 105
bị bỏng   108
bị cảm   75, 88, *90*, 104, 108
bị đau bụng   108, 110
bị đau dạ dày   108
bị đau đầu   108
bị đau răng   108
bị đứt tay   108
bị ốm   108
bị sốt   104, *105*, 108
bị thương   108
bia   64, *67*, 68, 69
bia chai   68
bia hộp   68
Bích   23
biển   *57*, 67, 101; 82, 85
biết   *18*, 20, 26, 33, 34, 53, 54, 78, 82, 86, 87, 96, 111, 124, 128, 132, 134, 135, 138; 72, *76*, 132
bình quyền   150, 152
bình thường   32, 33
bít tất   116
bò   36, 47
bỏ   104, 107; 117; 129
bọn   146, 148
bóng   74
bố   24, *26*, *30*, 58, 61, 75,

88, 95, 101, 107, 117, 137
bố mẹ   24, *26*, 58, 111
bộ   121; 140, 141
bộ trưởng   107
bốn   33
bơ   109
bờ   143, 144
bơi   67, 127
bởi vì   56
bún chả   68, 69
bụng   108, 145
buổi   45, 60
buổi chiều   45, 60
buổi sáng   60
buổi tối   60
buổi trưa   60
buồn   *67*, 93, 110, 113; 67
buồn cười   67
buồn ngủ   67
buồn nôn   108
bút   130
bút bi   47
bút chì   48
bức   52, 130
bưu điện   101
bưu thiếp   85

C

°C   140, 141
cà   8
cà chua   50
cá   47, 101, 150
cá mực   47
cá voi   47
cả   71, 93; 77
cả ... lẫn ...   72, *76*, 138
cả ngày   74
các   *16*, 17, 20, 23, 34, 44, 75, 87, 97, 99, 107, 121, 124, 126, 140, 146, 151,

153
cách   *34*; 75, 122, *123*, 127, 132
cách đây   32, *34*, 35, 98
cách mạng   119, 146
cách mạng Tân Hợi   146, 148
cái   42, 43, *47-48*, 95; 111
cái đó   47; 105
cái gì   42, *43*, 47, 52, 67, 96, 110, 111, 112, 114, 130, 138
cái kia   44
cái này   43
cam   45, 69
cám ơn   33, 81
cảm   75
cảm ơn   32, *33*, 71, 88, 95, 122, 138
Cam-pu-chia   22
cạn   118
cạn chén   118
càng   104, 106
càng ... càng   *106*, 132, 150
càng ngày càng   106
càng ngày ... càng   127
cạnh   24, 25, 27
cao   18, *19*, 22, 49, 50, 54, 61, 75, 104, 127, 145
Cao Đài   99
cao-su   49
cà-phê   43, 64, *68*, 70
cà-phê đá   64, 66
cà-rốt   9
ca-vát   116, 117
cay   49
căng   145
cắt   127
cầm   122, 125
cấm   94

164

cân   42, *46*, *48*, 50
cần   64, *67*, 95, 121, 124,
   129, 130, 138, 150
cần phải   112, *113*, 114, 150
cần thiết   150, 151
Cần Thơ   40, 141
cẩn thận   95, 102
cấp   143
cấp trên   31
câu   93, 122, *124*
cậu   30
cây   101
cây số   50
chả cá   47
chai   68
Chàm   63
chán   110
chanh   42, 45
chào   14, 15, *16*, 17, 32, 41,
   81, 88, 117, 126, 129
chào mừng   17
cháu   30; 77; 88, 90
chạy   11, *92*, 114; 95
chạy đua maratông   114
chắc   24, *26*, 110, 130, 132
chắc là   82, 85
Chămpa   63
chẳng   78
chẳng ... là gì   78
chậm   106
chân   114, 145
chân không   114
Châu   14, *15*
châu   44
châu Á   *44*, 113, 126
châu Âu   44, 113
châu Phi   130
chè   64, *66*, 94; *68*, 104,
   106, 137
chè đen   68, 70

chè sen   117
chè thập cẩm   94
chè ướp sen   117
chén   118
chế biến   150, 152
chết   54, 55; 110; 111
Chi   132, 133
chi   8
chỉ   35, 140; 122, *123*, 140
chỉ ... thôi   32, *35*, 64, 104
chị   14, *15*, *16*, *77*; 27, *30*,
   76, 116, 129; 48
chị ấy   20
chị nuôi   150, 152
chia   110
chìa   124
chìa khóa   77
chiến sĩ   98
chiều   45, 54, *55*, 60, 134,
   143; 50
chiều cao   50
chiều mai   112, *113*, 122
chiều nay   42, *45*, 107
chim én   99
chín   39
chính nghĩa   75
chính phủ   146, 148
chính trị   *107*, 115, 146, 151
chính xác   132, 134
chịu   62, 126
cho   42, *45*, 68, 71, 82, 83,
   93, 110, 114, 121, 122,
   136, 138; *45*, 48, 58, 68,
   128, 129, 132; *53*, 128,
   135; 54, *55*, 87, 88, 93,
   128; 150, 151, *152*
cho đến   105, 133
cho đến khi   76, 105
chó   36, 47
chỗ   76, 88, *90*

chôm chôm   109
chôn cất   98
chồng   24, *25*, *30*, 150
chống lại   146, 148
chờ   14, *15*, 17, 101, 105
chớ   94
chợ   8, 42, *43*
chơi   11, *70*, 74; *55*, 79, 93
chú   30, 41; 151, 153
chú ý   138
chủ nghĩa   150
chủ nghĩa xã hội   150, 151
chủ nhật   96, 98
chủ nhiệm   58
chủ tịch   119, 150
chủ trương   146, 147
chua   42, *45*, 49
chùa   66, 97
chuẩn bị   114, 132
chúc   57
chúc mừng   92
chùng   145
chúng ta   16, 38
chúng ta ... đi   94
chúng tôi   16, 38
chuối   104, 105
chuồn chuồn   145
chuột   36
chụp   96, 98
chụp ảnh   98
chuyện   56; 88, *89*, 91
chuyện cười   88, 90
chứ   18, 19, 53, 82, *102*,
   103
chữ   122, *125*, 132
chữ Hán   132, 135
chữ Nôm   125, 131
chữ viết   125
chưa   27, 28, 71, 82, 110,
   150; *28*, 64, 65, 138; 34,

64

chưa bao giờ   71, 82, **85**
chứa   96, 100
chừng   *34*, 54, 57
chương trình   70, 132, ***133***
có   18, 19, ***20***, 41; 28, 42, ***45***, 52, 54, 59, 64, 70, 71, 77, 81, 82, 87, 92, 95, 96, 98, 99, 100, 101, 107, 111, 112, 114, 128, 129, 135, 137, 143, 146, 150, 151
có ... không?   18, ***20***, *22*, 32, 33, 52, 71, 78, 81, 82, 85, 86, 134; 41, 42, 45, 104; 54, 55, 78, 82, ***86***, 87, 103, 128, 130
có (nhiều) mây   59
có ... (thì) ... mới   92, 150
có ... thì   33, ***70***, 151
có được không?   ***46***, 53, 96, 122
có ích   79, 124
có lẽ   96, ***99***, 130, 132
có lúc   140, 141
có phải ... không?   24, 26
có phải là ... không?   28
có thể   104, ***105***, 122, 132, 135
có thể ... (được)   107
có thể ... được không?   103, ***107***, 129
có vẻ ...   104, 105
com-lê   117
con   24, 26, ***30***, 55, 93; ***41***, 95, 124; 42, 45, ***47*** – ***48***, 101, 118, 129
con dâu   30
con gái   30, 125
con gì   45, 96
con kia   47

con này   45
con trai   30, 122, ***125***
còn   23, 24, ***26***, 27, 33, 42, 44, 64, 72, 112, 122; 89; 150, 152
cong   84
cô   8, 30; 88, 90; 151, 153
cô giáo   79, 90
cố   106
cố gắng   151, 153
cổ   66, 125
cổ điển   71
cỗ   112, 114
cốc   45, 118
công an   48
công cộng   150, 152
Công hiến hội   146, 147
công nghiệp   26
công nhân   24, 26
công tác   26
công ty   ***30***, 58, 98
công việc   151, 153
công viên   37, 137
cộng hòa   146, 149
Cộng hòa dân quốc Việt Nam   146, 149
Cơ đốc   99
cờ   120
cờ đỏ sao vàng   120
cởi   117
cơm   112, ***113***, 145
cơn   93
củ sen   117
cũ   76, 94
cụ bà   98
cụ ông   98
cua   6, 47
của   18, 19, ***22***, 23, 24, 27, 30, 31, 41, 50, 53, 55, 57, 65, 73, 76, 91, 93, 96, 97,

100, 101, 114, 124, 125, 130, 134, 135, 136, 138, 143, 150; 62
của cải   96, 100
cùng ngày   143
cũng   11, 18, ***19***, 31, 52, 71, 72, 87, 96, 104, 132, 150; 64, 67
cuộc   ***49***, 71, 114
cuộc sống   135
cuối cùng   32, ***34***, 143, 146
cuốn   6, 88, ***91***
cuông   10
cứ   67, 81, 112, ***114***
cứ (đến) ... là   136
cửa   62, 89
cửa hàng   62, 65
cửa hàng ăn   62
cửa hàng bách hóa   62, 129
cười   67, 88, ***90***, 127
cưới   92, 114
cường độ   140, 141
cừu   36
cứu chữa   106

d

da   8, ***121***, 145
da cam   121
da trời   120
dạ   18, ***19***, 24, 31, 53, 64, 87, 95, 104, 121, 122, 129
dạ dày   108, 127
dài   50
dao   118
dạo này   ***74***, 111, 127
dạy   ***29***, 106, 132, 135
dân quốc   146, 149
dần   143, 144
dâu   69
dây an toàn   117

dây chuyền   116
dấy   146, 147
dậy   35, 79
dép   10, 116
dê   36
dễ   *21*, 137, 138, 145
dễ chịu   67
di chuyển   144
dì   30
dịch   91
dịch vụ   129
diêm   55
dịp   107; 112, 115
do   143, 144
do đó   151
dọn   151
dọn ăn   150, 151
dong   115
dòng   122, 125
dòng chữ   125
dối   70
dở   37
du học   132, 135
du lịch   38, 71, 81, 91, 129, 136
dù   105
dù … (nhưng) vẫn   126
dùng   53, 71, 72, *76*, 133
Dũng   25
Duy   101
duy nhất   146, 149
dự   8, 96, *97*
dự báo   54, *55*, 140, 143
dự báo thời tiết   55
dưa hấu   109
dừa   6, 69, 109
dứa   109
dưới   101
dương lịch   115
dường như   97

đ

đá   8, 64, *66*, 70, 74
Đà Lạt   141
Đà Nẵng   61
đã   24, *26*, 33, 56, 57, 70, 74, 75, 76, *79*; 90, 91, 95, 98, 101, 107, 111, 114, 116, 122, 127, 132, 140, 143, 146; 28; 88, 89
đã … chưa?   24, 25, *28*, 34, 64, 82, 90
đã … rồi   28, 79
đài phát thanh   133
đài truyền hình   133
đại biểu   136
Đại Hàn   22,
đại học   112, 113
đại hội   91, 114
đám   97
đám cưới   97
đàn   72, 74
đang   75, *79*, 81, 87, 88, 90, 96, 99, 101, 128, 137
đáng   88, 90
đánh đuổi   146, 149
đạo   96, 97; 150, 151
đạo Cơ đốc   99
đạo Hồi   99
đạo Phật   99
đạp   84
đau   108, 110
đặc   49
đặc sản   47
đằng   86; 137–138
đắng   49
đất   21
đậm   49
đập   72, 74
đất   146, 148

đâu   29, 38, 43, 64, *65*, 77, 87, 91, 111; 104, ***106***, 121
đầu   108; 146, 147
đầu tiên   34, 88, *90*, 122, 150
đấu tranh   84
đấu tranh với …   84
đậu   99, 116
đậu đỏ   112, 116
đậu phụ   116
đây   24, 25, *27–28*, 29, 31, 33, 56, 64, 78, 82, 85, 87, 95, 121, 122, 130, 143; 24, *27–28*, 42, 43, 46, 88, 130
đấy   24, *27–28*, 43, 71, 72, 88; *27–28*, 122, 128
đen   68
đèn   89
đeo   27, 116
đẹp   24, *25*, 33, 59, 129
đẹp trai   137, 145
đế quốc   146, 148
để   42, *45*, 46, 88, 93, 95, 110; 71, 72, *75*, 84, 90, 112, 122, 124, 127, 132, 146, 150, 151
đêm   60
đêm giao thừa   118
đêm tối   124
đến   23, 27, 34, 75, 78, 79, 83, 85, 88, *91*, 95, 103, 110, 112, *113*, 132, 145; 82, *84*, 87, 93, 94, 106, 122, 140, 145
đến dự   97
đến giờ   94
đều   *35*, 44, 71, 75, 76, 138
đều đặn   132, 134
đi   35, 38, 39, 56, 57, 60, 64, *65*, 67, 70, 71, 78, 79,

82, *84*, 87, 92, 97, 104, 110, 111, 112, *113*, 129, 132, 138; 94, 104, *107*; 116; 122, 123; 122, 125, *127*
đi bộ   87
đi chợ   43, 134
đi dạo   137
… đi … lại   88, *91*, 132
đi làm   117
đi ra ngoài   132, 134
đĩa   6, 118; 121
địa chỉ   134
điểm   6, *59*, 150
điện thoại   53, 77, 122, *123*, 128, 137
điện thoại cầm tay   125, 135
điện tử   130
điều   38, 150
điều kiện   151, 153
định   32, *34*, 54, 61, 75, 104, 112
đó   *21*, 29, 37, 38, 42, 44, 50, 56, 62, 74, 95, 110, 111, 126, 129, 150; *27*, 41, 42, 43, 49, 64, 75, 82, 87, 96, 130, 137
đỏ   116
đoàn   136
đoàn đại biểu   136
đoàn kết   146, 148
đọc   16, 33, 84, 88, *89*, 132, 137, 138
đọc thật to   133
đòi   145
đói   64, *65*, 67
đón   122, 125
đóng   62
đóng cửa   62
đỗ   94

độ   34; 54, *57*, 143
độc lập   92, 146
đôi   118
đối với   37, 72, *76*, 81, 113
đội   116
đồn điền   49
đông   57; 86; 96, *98*, 100
đông Á   146, 148
Đông Du   146, 147
Đông Hồ   36
đồng   42, *46*, 122, 130
đồng hồ   27, 54, *55*, 116; 74
đồng hồ đeo tay   27
đồng minh   146, 148
đồng ý   64, 65
đồng ý với   65
động vật   96, 99
đợi   *15*, 33, 94
đơn   107
đơn xin thôi việc   107
đợt   140, 141
đu đủ   8, 109
đủ   *90*, 113, 138
đua   114
đùa   72, 74
đũa   118
đúng   24, *26*, 41, 71, 72, 78, 134, 150; 54, 55, 60; 122, 138
đuổi theo   128
đưa   106, 110; 107
đứa   79
đứa bé   79
Đức   22
đừng   55, 67, 93, 94, 96, *98*, 111
được   31, *58*–*59*, 66, 88, 91, 96, 98, 126, 127, 136; 42, *46*, 53, 56, 62, 66, 82, 87, 92, 96, 103, 104, 107,

111, 114, 122, 130, 132, 137, 150, 151
được không?   42, *46*, 128
đường   47, 58, 82, *83*, 126; 118
đứt   108

e

e   150, 152
em   *16*, 17, 77; 24, 25
em gái   24, 25, 27, *30*, 80, 127
em trai   25, *30*, 137

ê

ế   152
ế chồng   150, 152
ế vợ   150, 152
ếch   11, 47

g

ga   125, 126
gà   36, 42, *45*, 121
gái   25
gạo   150, 152
gãy   108
gãy xương   108
gặp   31, 32, *33*, 38, 41, 49, 59, 78, 86, 122, 125; 88, 90
gấc   115
gần   64, *65*, 84, 129, 134, 143; 105
gây   93
gây cho   93
gầy   45, 122, *125*
ghi   8, *53*, 103
ghi vào   53, 103
ghi-ta   74
gì   8, 18, *19*, 23, 24, 26, 30,

42, 44, 47, 53, 54, 64, 65, 71, 72, 77, 81, 95, 98, 104, 112, 121, 129
gia đình   24, *25*, 28, 32, 61, 75, 93, 96, 112
già   *76*, 122, 125
giá   42, *45*, 50, 105, 122
giá như … thì …   70
giá … thì …   70
giải   65, 71
giải khát   64, 65
giải phóng   119, 150
giải quyết   127
giải tán   146, 148
giảm   140, 141
gián tiếp   130
giảng   10
giành   114
giao thiệp   138
giao thiệp với …   138
giao thông   57
giáo   98
giáo sư   113
giáo trình   132, 133
giàu   106
giày   116
giặc   146, 149
giặt   114
giặt khô   114
giấm   118
giật mình   88, *89*, 93
giây   84
giấy   122, *125*, 130
gió   143, 144
giỏi   72, *76*, 132
giống   52
giờ   8, 54, *55*, 60, 62, 122, 134, 143, 151
giờ hẹn   59, 85
giới thiệu   58, 81

giới thiệu với …   58
giùm   95
giúp   95, 112, *114*, 129, 146
giữ   138
giữa   101, 132, *135*
gọi   42, *44*, 47; 121; 122, *123*, 128
gọi điện   129
gọi điện cho …   129
gọi điện thoại   67, 122, *123*
gọi điện thoại cho …   123
gọi là   42, *44*, 47, 53
gỗ   8
gốc   31, 101
gội   114
gồm   146, 148
gửi   46, 129
gươm   6

h

Hà   55
Hà Nội   38
hạ   57; 105
Hạ Long   141
hai   18, 35, *39*, 42, 48, 68, 84, 104, 110, 115, 121, 122, 127
Hai Bà Trưng   82, *83*, 85, 87
hai bên cạnh   96, *98*, 101
hài hước   134–135
Hải   18
hải ngoại   146, 147
Hải ngoại huyết thư   147
Hải Phòng   141
Hàn Quốc   22
Hán   132, 135
hàng ngày   114, 132
hàng tháng   97, 136
hàng tuần   35

hành lý   91
hạt   117
hạt nhân   107
hay   37, 88, *91*, 130; 64, 66, *68–69*, 70, 71, 82, 87, 111, 137; 69, 78, 112, *115*
hãy   88, *89*, 94, 99, 102, 106, 114, 122, 129
hắt hơi   108
hầm   96, 100
hân hạnh   31
hấp   114
hầu hạ   150, 152
hè   8
héc-ta   49
hẹn   59, 122, *125*
hèo   47
hẹp   100
hễ … thì (là) …   70
hết   72, 74
hiểu   78, 81, 82, *83*, 88, 106, 122, 127, 150
hiệu   65
hiệu sách   80
hình   10, 25
hình như   96, 97
ho   108
họ   19, 23; 20, 78
họ tên   99, 103
hoa   46
Hoa   31; 33
Hoa Kỳ   22
hoa sen   117
hoa tai   116
Hòa Hảo   99
hóa đơn   87
hoan nghênh   122, 126
hoàn toàn   150, 152
Hoàng   57
hoạt động   146, 148

hoặc 7, 69
học 35, 44, *73*, 74, 75, 79, 88, 107, 113, 132, 151
học sinh 74
học tập 148, 150
hỏi 82, 83
hòm thư 129
hồng 55
Hồ Chí Minh 56
hổ 8, 36
hộ 95, 114
Hồi 99
hội 146, 148
Hội An 140, 141
Hội Duy Tân 146, 147
hội Đông Á đồng minh 146, 148
hội nghị 114
hôm 39
hôm kia 39, 59
hôm nay 32, *35*, 36, 39, 41, 45, 61, 64, 66, 75, 88, 91, 96, 103
hôm qua 39, 66, 104, *105*, 140
hộp 10, 68
hơn 54, *57*, *61*, 71, 72, 88, 124, 130, 137, 138, 146, 151; 96, 98
hợp 121
hợp với … 121
Huế 61
Hùng 15
hút 46, 81, 104, *106*, 136
huy chương 114
hủy bỏ 107
huyết thư 146, 147
Hương 50
hướng dẫn 136
hưu 27

hy vọng 135

i

im lặng 96, 97
in 10, 151, *153*
ít *57*, 62, 134

k

kẻ cắp 48
kém *60*, 62, 76
kẹo 104, *106*, 114
kê 8
kế hoạch 107
kêu 48
khá 8, 74
khả năng 104, 107
khác *100*, 138, 150
khách 38, 81
khách sạn 24, *26*, 29, 87, 128, 129
khám 110, 111
khám bệnh 111
khát 64, 65
khăn 116
khế 109
khi 8, *79*, 110, 112, 122, 132, 138, 146
khi … thì 115, 138
khi thì ∼ khi thì … 136, 137
khí tượng 140, 142
khỉ 36
khiến 93, 145
khiến cho 93
khiếp 110
khó 21, 37, 72, *76*, 105, 113, 132, 134, 145
khó chịu 67
khó khăn 84
khoa 58
khoa học 146, 148

Khoa văn 58
khoai tây 121
khoái 99
khoảng 32, *34*, 50, 54, 72, 82, 87, 96, 98, 128, 143, 146
khóc 94
khỏe 32, *33*, 59, 127
khỏi 110, 111; 122, 126
khô 54, 57
khôi phục 146, 147
không 11, *20*, 22, 38, 41, 42, 56, 57, 62, 66, 70, 72, 81, 82, 88, 95, 96, 100, 102, 103, 104, 106, 107, 112, 113, 115, 116, 121, 122, 126, 128, 129, 130, 132, 136, 150; *20*, 22, 23, 28, 42, 45, 54, 104, 121; 51; 72, 77; 112, 114
không bao giờ *65*, 71, 85, 111
không có thể … (được) 107
không khi nào 65
không khí 140, 141
không … là gì 98
không … lắm 37, 59, 82, *84*, 138
không lúc nào 65
không những … mà còn 132, 133, *136*, 137
không phải là … 28
không tài nào … được 111
không thể … (được) 77, 81, 104, *107*
không thể thiếu được 116
khu 100
khuya 93
khuyên 138

170

kí   46
kia   8, 18, *21*, 22, 37, 48;
   27, 42, 43, 52
kia kìa   30
kịch   37, 78
kiên nhẫn   134 – 135
kilôgam   46
kilômét   50
kim   10, 66
kimônô   117
Kinh   63
kinh độ   143
kinh độ đông   143
kinh đông   143
kinh tế   *79*, 106, 150
kinh tế học   79
kính   27, 116, 126
kịp   106
kỷ niệm   130

l

là   14, *15*, 17, 18, 19, 21,
   22, 23, 24, 26, 27, 28, 29,
   30, 31, 32, 34, 36, 38, 41,
   42, 44, 47, 49, 50, 52, 53,
   54, 60, 62, 71, 74, 81, 91,
   95, 96, 99, 101, 102, 103,
   104, 115, 121, 122, 124,
   125, 128, 130, 137, 143,
   146, 150; 75, 121, 129;
   138
lá   8
lá cây   120
lại   32, 33, *38*, 113, 146; *37*,
   125, 128; 104, 105
làm   24, *25*, 26, 30, 65, 72,
   76, 79, 94, 113, 129, 132,
   136, 150, 151; 71, 112,
   114; 88, 89, *93*
làm cho   93

làm gì (mà) ... được   78
làm nghề   26, 30
làm sao   *56*, 81, 111
... (bị) làm sao?   111
làm sao (mà) ... được   72,
   76, *78*, 102
làm việc   24, *26*, 41, 44, 76,
   90, 104, 112, 129, 135,
   138
Lan   25
làng   99
lãnh đạo   146, 147
lạnh   66, 104, *105*, 140
lao động   119, 150
Lào   22
lát nữa   128
lăm   39
lắm   32, 33, *37*, 38, 41, 42,
   54, 56, 64, 67, 82, 121,
   126, 132, 134
lắng nghe   97
lầm   122, 126
lần   32, *34*, 35, 88, 110
lần này   32, 34
lần sau   88, 91
lẫn nhau   135
lập   28, 107, 146
lâu   32, *33*, 38, 41, 77, 101,
   126; 91
lấy   24, 25; 73
lấy chồng   116
lấy chồng (vợ)   25
lễ   51
lẽ   8
lễ   96, 97
lễ nghi   138
lên   61; 80; 104, 106; 127,
   129; 146, 147
Liên Xô   22
lịch sự   64, *66*, 117

liên quan   132, 135
liệu   82, 85
linh   51
lĩnh   136
lo   111, 112, *114*
lo lắng   93, 137
loa   7
loài   99, 101
loại   52, 64, *66*
loãng   49
lòe loẹt   121
Long   79
lòng   10, 62
lỗ khóa   124
lời   138
lớn   99
lợn   36, 47
lợn rừng   36
lớp học   150, 151
lũ lụt   137, 138
lúa mới   69
lụa   6, 71
luật   7
lúc   11, 60, 143
lúc đó   150, 153
lúc nào   111
lúc nào ... cũng   132, 134
lúc thì ~ lúc thì ...   136
luôn luôn   *84*, 93, 124, 135
luyện   72, *74*, 132
lưới   74
lươn   6, 47
lương   136
lưu học sinh   146, 148
ly   45, 109
Lý Thường Kiệt   29

m

mà   91, 146; 95; 104, 105;
   150, 151

mà ... thì   72, *76*, 150
mai   11
mái   96, 99
mãi ... mới   88, *89*, 92
màn   47
mang   88, *91*, 112
mang đến   91
mang theo   132, 135
mạnh   10, 143
mão   36
mát   54, *57*, 136
màu   120, 121
màu bạc   120
màu da cam   121
màu đen   120
màu đỏ   120
màu hồng   117, 120
màu nâu   120
màu tím   120
màu trắng   117, 120
màu vàng   120
màu xám   120
màu xanh   120
màu xanh da trời   120
màu xanh lá cây   120
may   11; 73, 121
máy   25, 77, 122, *124*
máy ảnh   25, 55
máy bay   125
máy bay trực thăng   101
máy hình   25
máy tính   76
máy tính điện tử   130
máy vi tính   72, 76
mặc   112, 113, *116*
mặc dù ... (nhưng) vẫn   126
mặn   49
măng cụt   109
mắt   145

mặt   145
mân   109
mất   35, 130; 82, *84*, 87
mẫu   103; 132, 134
mây   59
mấy   36, 41, 54, *55*, 60, 62, 80, 124; 101, 129
mấy giờ   *55*, 60, 62
mẹ   9, 26, *30*, 35, 41, 59, 72, 101, 112, 124
meo meo   48
mèo   36, 48
mét   *48*, 49, 50
mệt   19; 104, 105
mía   6, 64, *66*
miền   42, 43
miền bắc   44, 150
miền nam   *44*, 54, 119
miền trung   44, 137
miến   6, 68
miến xào   68, 69
miệng   145
Minh   42
mình   73, 99, 111
mít   109
mọi   72, 75
mọi ngày   96, 98
món   71, 112, *114*, 121
món ăn   115 – 116
mong   88, *91*, 122, 151
mong đợi   91
mổ   127
mộ   96, 98
môi   127
mối   111, 132, *135*
mối quan hệ   135
mối sầu   135
mỗi   35
mỗi ngày   35
mỗi tuần   35

mồng   32, 36
mốt   39, 121
một   15, 35, *39*, 42, 45, 49, 50, 57, 64, 72, 82, 87, 88, 96, 121, 122, 128, 130, 134, 140, 146, 150
một cách   117
một chút   14, 15
một đợt không khí lạnh   140, 141
một mình   129, 138
một số   146, 148
một tí   15
mớ   48
mở   *62*, 89, 150
mở cửa   62
mời   24, *25*, 46, 97, 104, 112
mới   32, 33, 38, 88, 89, *92*, 138, 145; 76, *92*, 116, 121, 134; 150, 152
mũ   9, 116, 117
mua   *37*, 45, 48, 129
mùa   54, 57
mùa đông   *57*, 75, 116
mùa hạ   57
mùa hè   57
mùa khô   57
mùa mưa   57
mùa thu   *57*, 136, 137
mùa xuân   57
mục đích   98
mùi   62
mũi   108
mùng   36
muối   118
muốn   37, 54, *55*, 64, 68, 69, 72, 75, 81, 86, 87, 96, 104, 121, 122, 128, 129, 134, 150

muộn **35**, 59, 106, 114
mưa 54, **57**, 58, 59, 104, 136, 140, 145
mưa nhỏ 104, **105**, 140
mưa to 58
mực 47
mươi 39
mười 39
mứt 94, 117
mứt dừa 117
mứt sen 117
Mỹ 22
Mỹ Sơn 63
Mỹ Tho 61
mỹ thuật 87

n

na 9
nam 42, **44**, 86; 116
nam nữ 150, 152
nào 23, 27, 30, 34, 41, 62, 75, 82, **83**, 86, 88, 115, 130, 132, 137
nào cũng 42, **46**, 62, 134
nay **39**, 84, 130
này 21, **34**, 37, 44, 48, 49, 50, 53, 57, 62, 66, 75, 79, 82, 84, 87, 88, 91, 92, 96, 98, 99, 103, 104, 105, 107, 114, 122, 127, 129, 134, 135, 136, 137, 143
năm 32, **34**, 35, 39, 40, 53, 73, 92, 96, 98, 129, 140, 143, 146, 151; 39
năm kia 40, 79
năm nay 40, 53, 54, **57**, 72, 80
năm ngoái 40, 54, **57**
năm tới 40, 115
năm trước 72, 73

năm 137
nắng 54, **57**, 116, 145
nặng 42, **46**, 75, 104
nấu 42, **45**, 112
nấu ăn 150, 151
nấu nướng 150, 152
nem rán 121
nên 54, **56**, 57, 58, 66, 82, 96, 103, 107, 122, 127, 128, 129, 130, 132, 137, 140; 104, **105**, 110
nền 146, 147
nếp 112, 116
nếu 67, 115
nếu ... thì ... 64, **66**, 70, 71, 72, 132
Nga 22
ngã 82, 84
ngã ba 84
ngã tư 82, 84
ngàn 51
ngạt mũi 108
ngay 70, 95, 104, **106**, 122, 132
ngay cả ... cũng 67, 116
ngày 32, **35**, **39**, 40, 41, 57, 84, 91, 97, 103, 115, 136, 140, 143, 151
Ngày Cách mạng tháng Tám thắng lợi 119
ngày càng 106
ngày chủ nhật 102
Ngày giải phóng miền Nam 119
ngày kia 39, 61
ngày mai 36, 39, 41, 54, **56**, 59, 91, 94, 102, 104, 112
ngày nay 135, 151
Ngày nhà giáo Việt Nam 119

Ngày Noel 119
Ngày Quốc khánh 119
Ngày quốc tế lao động 119
Ngày quốc tế phụ nữ 119
Ngày quốc tế thiếu nhi 119
ngày sinh 119
Ngày sinh Chủ tịch Hồ Chí Minh 119
ngày thứ ba 102
ngày thứ bảy 102
ngày thứ hai 102
ngày thứ năm 102
ngày thứ sáu 102
ngày thứ tư 102
ngày trước 150, 153
ngắn 50
ngân hàng 82, **83**, 86
ngập 58
nghe 9, 54, **55**, 71, 127, 132
nghe nói 54, **57**, 72, 81
nghèo 106
nghề 26, 150
nghệ sĩ 137
nghệ sĩ pianô 137
nghĩ 72, **76**, 104, 121, 127, 130, 132
nghĩ ra 127
nghỉ 88, **90**, 104
nghỉ mát 57
nghĩa 23, 53, 130
nghĩa địa 96, 100
nghiệp vụ 150, 151
nghìn 42, 46, 51
ngoài 56, 96, **98**, **100**, 103
ngoài ... (ra) 96, 100
ngoài ấy 56
ngoại giao 107
ngoại ô 100

ngoại viện   146, 147
Ngọc   61
ngon   42, *46*, 49, 67, 71
ngọn   50
ngọt   42, *45*, 49
ngô   9
ngôi   66
ngồi   24, *27*, 101
ngủ   *67*, 111, 137
ngủ trưa   79
Nguyên Đán   115
Nguyễn   21; 123
ngựa   36, 47
người   *18*, 24, 27, 44, 72, 74, 75, 79, 82, 96, 98, 100, 113, 132, 146, 150
người Đại Hàn   23
người đàn bà   42, *46*, 82
người đàn ông   46
người già   72, 76
người Hoa   31
người nào   *85*, 95, 100
người Nhật   18, 21, 71, 81, 106, 115
người quen   137–138
người Trung Quốc   23, 31
người Việt   23, 31, 81, 104, 138
người ta   42, *44*, 71, 75, 76, 92, 96, 99, 111, 112, 130, 150
Nha Trang   61
nhà   25, 92; 34, *72*, 73, 77, 79, 83, 96, 99, 101, 112, 126, 128; 137
nhà ăn   150
nhà giáo   119
nhà soạn nhạc   137
nhà thờ   96, 97
nhà xuất bản   151, 153

nhã nhặn   121
nhạc   71
nhạc nhẹ   71
nhãn   109
nhanh   104, *106*, 137
nhạt   49
nhau   32, *34*, 75, 122, 146
nhảy   145
nhắn   128, 129
nhắc   77, 122, *124*
Nhâm   41
nhầm   124, 126
nhân   104, 107
nhân dân   26, 136
nhân dịp   104, 107
nhân loại   84
nhân viên   26, 122, *124*
nhẫn   116
nhẫn cưới   116
nhận   122, *125*, 127
nhận ra   122, 125
nhập học   113
nhất   54, 57, *61*, 62, 70, 75, 99, 121, 134, 143; 71,
nhất định   *75*, 97, 130, 151
Nhật   *19*
Nhật Bản   *19*
nhé   64, *65*, 94, 95, 96, *102*, 112, 115
nhẹ   46
nhỉ   31, 32, *34*, 59, 72, *102*, 112, 132
nhiệm vụ   150, 152
nhiệt độ   54, 140
nhiệt đới   143
nhiệt liệt   126
nhiệt tình   105
nhiều   54, *57*, 58, 59, 62, 82, 84, 88, 93, 96, 98, 99, 100, 111, 113, 129, 130,

135, 137, 146, 150; 122, *125*, 138, 150, 151
nhìn   127
nhìn ra   130
nhìn thấy   128
nho   9
nhỏ   37, 85; 104, *105*, 140
nhờ   93, 129, 132, *134*, 146
nhờ có   150, 152
nhờ … giúp (giùm, hộ, cho)   129
nhờ vào   150, 152
nhớ   92, 102; 132, 135
nhu   9
như   72, *76*, 122, 146, 150
như thế   *65*, 75, 113
như thế nào   54, *56*, 66, 81, 112, 124, 130, 135
như vậy   64, *65*, 75, 104, 110, 150
nhức đầu   108
nhưng   31, 54, *55*, 61, 62, 64, 71, 72, 77, 82, 88, 96, 104, 110, 112, 130, 132, 135, 138, 140, 150, 151
những   42, *44*, 48, 66, 74, 95, 113, 129, 134, 146, 150
những gì …   132, 135
nĩa   118
no   67
nó   9, *81*, 91, 121
nói   37, 38, 42, *46*, 65, 70, 74, 81, 82, 88, 95, 97, 99, 104, 127, 130, 132, 137, 138, 150, 151
nói chung   112, 115
nói chuyện   72, *75*, 137, 150, 151
nói chuyện với …   72, *75*,

122, 128, 138
nói đùa 72, 74
nói riêng 115
nói với ... *75*, 88, 91
nón 116
nóng 64, *66*, 102
nô 151, 153
nô lệ 153
Nôen 119
nổi tiếng 64, *66*, 99
nội 27
Nội Bài 66
nội trong 75
nông dân 93, 150
nơi 111
núi 50, 75
nuôi 150, 152
nữ 116
nửa 48, 74
nữa *67*, 94, 105, 128, 150
nước *23*, 27, 75, 126, 130, 146; 45, 58, 64, 65, *68*, 114, 145
nước cam 45, 70
nước chanh 64, 66
nước đá 66
nước mắm 118
nước mía 64, *66*, 109
nước ngoài 76, 82, *85*, 91, 113, 134
nước ngọt 49

o

oi bức 59

ô

ô 32, *33*, 92; 104, 105
Ôlimpic 91, 114
ôi 88, 89, *92*, 95
ổi 109

ốm 108
ông 14, *15*, 16, 77; 30, 48
ông ấy 20
ông bà 97
ông ngoại 30
ông nội 30
ống 124
ống nghe 122, 124

ơ

ở 24, 25, 26, *29*, 30, 33, 38, 41, 42, 43, 44, 52, 54, 64, 66, 67, 71, 72, 76, 77, 79, 82, 86, 91, 98, 99, 112, 113, 114, 116, 122, 126, 127, 128, 129, 134, 137; 24, 25, *29*, 56, 87, 96, 100, 101, 132, 143
ở lại 32, 35
ơi 32, *33*, 41, 42, 54, 64, 101, 128

p

phá sản 58, 107
phải *20*, 28, 31, 32, 36; *35*, 44, 65, 75, 81, 84, 87, 88, 91, 97, 104, 106, 107, 112, 124, 132, 135, 138, 150; 82, 85; 110, 111
phải ... mới 84, 90, *92*
phải chăng 105
phải không? 18, 19, *20*, 21, 23, 27, 31, 32, 41, 59, 71, 87, 116, 122, 128, 129, 132
Phan Bội Châu 146, 147
Pháp 22
phát âm 132, *134*, 135
phát thanh 132, 133
phát triển 106, 150

phân biệt 103
Phật 99
phẩy 52
phép 90
phê bình 58
phía 82, 85, *86*
phía bắc 86, 143
phía đó 86
phía đông 86, 140
phía kia 86
phía nam 86
phía nào 86
phía này 86
phía phải 86
phía sau 86, 96, *100*
phía tây 86
phía trái 82, 86
phía trước 86
phiên dịch 136
phiếu 53
phim *35*, 79, 91
phin 43
phin cà-phê 42, 43
phong trào 146, 147
phong trào Đông Du 146, 147
phong tục 112, 113
phòng 37, 87, 91, 95, 96, *100*
phòng ăn 87
phòng khám bệnh 111
phố 9, 29, 82, *83*, 86, 87, 100
phở 9, 42, *45*
phở bò 47
phở gà 45
phụ bếp 150, 151, *153*
phụ nữ *116*, 119, 150
phút 60, 82, *84*, 87, 122
phương 86

pianô 72, *74*, 137
pô 9

q

qua 39
quá 18, *19*, 21, 24, 33, *37*, 42, 59, 102, 110, 112, 132; *37*, 66, 72, *76*
quả 9, 42, 44, *48*, 50, 62, 109, 134; 44, *48*, 109
quả đất 48
quả tim 48
quan hệ 135
quan tâm 115
quan tâm đến ... 115
quan trọng 150, 152
quán 64, 65
quán giải khát 65
quang phục 146, 148
Quảng Bình 143, 144
quay 122, 124; 146, 147
quân sự 146, 148
quần 116
quần áo 73
quần áo hàng ngày 112, 114
quen 113
quê 9, 126
quên 94, 102
quốc gia 140, 141
quốc khánh 119
quốc ngữ 131
quốc tế *41*, 119, 146
quốc tịch 31
Quý 124
quý 95
quý khách 126
quyền lợi 92
quyết tâm 153
quyển 91

r

ra 61; 89, 146; 122, 125, *127*; 122, 125, *127*
ra vào 82, 85
ra-đi-ô 9
rải rác 140, 141
rán 121
rảnh 106
rảnh rang 150, 152
rạp chiếu bóng 101
rau 150, 152
rau mùi 42, *43*, 48
rau ngò 42, 43
rằm 119
Rằm tháng 7 119
rắn 36
răng 108
rằng 72, *75*, 81, 99, 104, 124, 130, 150
râm 145
rất 21, 22, 31, 35, *37*, 42, 44, 46, 49, 57, 62, 71, 74, 77, 81, 88, 96, 101, 104, 105, 110, 111, 113, 121, 122, 129, 130, 132, 135, 137, 150
rẻ 9, 71
rẽ 85
reo 77
rét 10
rõ 9, 96, *99*, 150
rõ ràng 132, 134
rồi 24, 25, *28*, 130; *28*, 59, 60, 72, 79, 82, 94, 95; 41, 53, 67, 110, 122; 89, 146
rỗi *70*, 106, 124
rồng 36
rộng 49, 96, *100*
rơi 145

rửa 114
rưởi 52
rưởi 54, *55*, 60, 62, 134
rượu *68*, 69, 136
rượu cam 69
rượu cà-phê 69
rượu nếp 69
rượu rắn 69
rượu thuốc 69
rượu vang 69

s

Sa Pa 141
sách 11, 84, 91, 132, *135*, 137
sạch 64, 66
sai 145
sai lầm 150, 152
Sài Gòn 56
sản phẩm 134
sản xuất 150, 152
sang 75, 81, 91, *124*, 138, 146; 122
sang năm 40, 138
sáng *37*; 55, 60, 62, *72*, 74, 112
sáng hôm nay 111
sáng lập 96, 98
sáng nay 110, 111
sao 120
sát 143, 144
sau 10, *39*, 73, 146; 101
sau đó 82, *85*, 122
sau khi 132, 134
sau khi ... thì 111
sáu 39
say 67
sắc 10
sắp 138
sắp ... chưa? 138

sắp ... rồi   138
sân   103, 125
sân bay   66, 122, *125*
sân ga   125
sân vận động   125
sầu   135
sầu riêng   62, 109
sẻ   9
sẽ   72, 76, *79*, 81, 95, 107, 122, 128, 130, 150
sen   10
siêu thị   134
sinh   34
sinh nhật   41
sinh tố   109
sinh viên   75, 113
soạn nhạc   137
số   9, 129, *130*; 87, 93, 103, 122, *124*, 140, 143, 151
số điện thoại   122, 124
sổ mũi   108
sông   *23*, 47, 50, 127
sống   *29*, 44, 76, 107, 150
sốt   104, 105
sơ đồ   83
sờ   124
sợ   67
sớm   35, 112, *114*
sơn dầu   71
sơn mài   52
sung sướng   31
súp   47
suy yếu   143
sử   146, 147
sử dụng   122, 123 – 124
sự kiện   135
sự thật   151, 153
sữa   6
sức gió   143
sức khỏe   57

sưu tập   129, 130

t

ta   150, 152
tá   48
tả tơi   133
tác phẩm   146, 147
tách   11, *68*, 118
tách rời   104, 107
tai nạn   57
tài   111
tại   42, *43*, 96, 150
tại sao   54, *56*, 62, 64, 81, 88, 104, 116
tại vì   56
tám   39
táo   109
tay   *27*, 95, 108, 130
tắm   57
tắm biển   57
tắt   89
tâm   143
tấm   85
Tân Hợi   146, 148
tầng   87, 99
tầng hầm   96, 100
tập   74, 92
tập chí   125
tập hợp   146, 148
tất   116
tất cả   *50*, 73, 129
tất nhiên   53
tây   86
tem   129, 130
tem kỷ niệm   130
tế nhị   135
tên   18, *19*, 23, 81, 82, 128; 48
Tết   112, 115
tết   115

Tết dương lịch   119
Tết Đoan Ngọ   119
Tết Hàn Thực   118
Tết mùng ba tháng ba   118
Tết Nguyên Đán   118
Tết Thanh Minh   118
Tết Trung Nguyên   119
Tết Trung Thu   119
tha thứ   70
thách   42, 46
Thái-lan   22
tham gia   150, 152
tháng   32, 35, 39, *40*
tháng ba   40, 146
tháng bảy   32, 40, 151
tháng chạp   40
tháng chín   40, 103, 143
tháng giêng   40, 140
tháng hai   40, 41
tháng một   40, 140
tháng mười   40, 107
tháng mười hai   40, 67
tháng mười một   40
tháng năm   40
tháng này   40, 112, *113*
tháng sau   40
tháng sáu   40
tháng tám   32, 40
tháng trước   40, 81
tháng tư   40
thanh điệu   124
thanh long   109
thanh niên   135
thành   29; 143, 150
thành công   146, 148
thành lập   146, 148
thành ngữ   145
thành phố   29, 54, *56*, 66, 136, 141
thành phố Hồ Chí Minh   56

tháo 117
thạo 137, 138
tháp 96, 98
thay 117
thăm 34, 107
thăng long 80
thắng lợi 75, 119
thẳng 82, *84*, 87
thắt 117
thắt lưng 117
thậm chí 150, 152
thân thiện 81
thấp *19*, 22, 145
thập cẩm 94
thất bại 114
thật 72, 74; 132, *133*, 150
thật là 110, 150
thật ra 72, *74*, 105
thầy *17*, 90, 106
thầy giáo 17, 58
thấy 81, 132, *135*, 137, 138; 82, 85; 127
thẻ 9, 122, *124*
thẻ điện thoại 124
thẻ tín dụng 103
theo 87, 104, *107*, 112, 115, 130, 137, 140, 143
thế 24, *26*, 72; 54, *56*, 88, 96, *102*, 111, 112; *65*, 75, 92, 104, 132
thế à 42, 44
thế giới 72, *75*, 99
thế kỷ 17, 107
thế nào 56–57, 132
thế nào ... cũng 112, 113
thế thì 31, 32, *35*
thêm 67; 122, *124*, 150
thi 9
thi đỗ 115
thì 42, *46*, 64, 72, 112, 122,

130; 65, 70, 82, *84*, 96, 102, 145, 150; 88, 89
thị thực 53
thị xã 140, 141
thìa 118
thích *37*, 46, 62, 70, 71, 81, 121, 138
Thiên Chúa 98
Thiên Chúa giáo 98
thiên tai 84
thiệt hại 93
thiếu 116
thiếu nhi 119
thịt 47, 150
thịt bò 47
thịt chó 47, 53
thỏ 36
thoải mái 56
thôi 35, 112; 67, 107
thông minh 137
thông thường 138
thờ 97
thời đại 130
thời gian *62*, 70, 113, 124
thời tiết 54, *55*, 140
thơm 109
thu 57
thú vị 132, 135
thủ đô 29
thủ tướng 126
thuận lợi 151, 153
thuế 7
thuốc 35, 110, 117
thuốc lá 46, 81, 104, *106*, 136
thuộc lòng 132, 133
thuở 7
Thủy 79
thủy văn 140, 142
thư *68*, 94, 101, 129, 130

thư tín 130
thư tín điện tử 130
thư viện 100
thứ 82, *84*, 122; 104, 107 (ngày) thứ mấy 102, 103
thứ năm 103
thử 88, *89*, 134
thưa 88, 90
Thừa Thiên-Huế 144
thức ăn 150, 152
thực 150, 151
thực dân 151, 153
thực vật 99
thương gia 26
thường 74, 112, *115*, 116
tí 134
tiếc 110
tiệm 65
tiền 42, *45*, 46, 50, 58, 62, 87, 89, 103, 121, 122
tiền đồ 150, 152
tiến bộ 72, *74*, 77, 151
tiễn 125
tiện lợi 130
tiếng 42, *44*, 134; 72, *74*, 128
tiếng Anh 53, 72, 82
tiếng Hàn Quốc 129
tiếng Nhật 29, 44, 47, 74, 132
tiếng Trung Quốc 132
tiếng Việt 35, 42, 44, 74, 91, 124, 125, 132, 133, 137
tiếp 90
tiếp đón 64, 66
tiếp tục 72, *76*, 92, 143
tiêu 71, 118
tiêu chảy 108
tiêu vào ... 71

tiểu học   88, 90
tìm   14, *15*, 20, 77, 82, 124, 127
tím   127
tin   75, 100; 143, 144
tín đồ   96, 98
tình hình   75
tính   89, 121
tính chất   146, 148
tỉnh   140, 141
to   9, 44, 82, *85* 137; 58; 88, *89*, 132
tòa   96, 100
toàn   150, 151
toàn tập   151, 153
tóc   10, 11
toe   7
tổ chức   91, 146
tôi   14, *15*, 16
tối   *37*, 76, 103; 55, *60*, 151
tối hôm qua   111
tối nay   38
tối qua   110, 111
tội nghiệp   104, *105*, 110
tôm   10, 48
tôn chỉ   146, 148
tôn giáo   96, 99
tổng hợp   146, 149
tốt   59, 105, 112, *113*, 129, 150
tốt nghiệp   112, 113
tờ   122, 125
tới   79, 143
TP   140, 141
tr.   140, *142*, 143, 146, 151
tra   122, 124
tra … vào   124
trà   64, *66*, 68
trà hoa sen   117
trả   87, 103

trả lời   93
trách nhiệm   126
trai   25
trái   48, 82, *85*
trang   142
Tràng Thi   87
tranh   *52*, 71, 130
tranh lụa   71
tranh sơn dầu   71
tranh sơn mài   52
trăm   51
trắng   120, 131
trâu   10, *36*, 101
trẻ   9, 72, *76*
trên   70, 82; 72, 75, 96, *99*, 101, 146, 151
trích   146, *149*, 151
triệu   52
Triều Tiên   146, 148
trong   56; 61, 71, 75, 89, 95, 96, *97*, 98, 99, *100*, 111, 114, 124; 143
trong ấy   54, 56
trong khi … thì   79
trông   104, *105*, 127
trông có vẻ …   104, 105
trở   9, 146, *148*; 103
trở thành   79
trời   54, 56, 58, *59*, 64, 66, 76, 101, 102, 103, 104, 113, 116, 136
trời ơi   110
trục xuất   146, 148
trung   44
Trung Quốc   22
trung tâm   140, 141
trung ương   146
trúng   71
truyền hình   133
truyện   88, 91

truyện dài   91
truyện ngắn   91
trừ   62
trưa   60
trực tiếp   130
Trưng   83
trứng   44
trước   35, 39, 73, 96, *101*, 127, 129, 130; 90; 91
trước hết   122, 124
trước khi   132, 135
trường   88, *90*, 113
trường tiểu học   90
tủ   9
tủ lạnh   95
tuần   32, *35*, 127
tuần lễ   35
tục ngữ   145, 150
túi   30, 95
tuổi   6, 27, 72, 76, *80*
tuổi trẻ   140, 142
tuột   95
tuy … nhưng (vẫn)   126
tụy   7
tuyên truyền   146, 147
Tuyết   90
tuyệt vời   110
từ   23, 53, 61, 62, 87, 91, 110, 112, *113*, 122; 23, 132, *134*
từ … đến …   82, *84*, 143, 151
từ điển   129
từ … trở đi   130
tự   72, *73*, 81
tự do   92
tự nhiên   81
từng … một   132, 134
tưởng tượng   96, 99
tỷ   52

179

T.V. 70, 81

u

uống 35, 64, **65**, 66, 104, 110, 136, 137
uống nước 65
ủy ban 136
ủy ban nhân dân 136

ư

ướp 117

v

và 24, **27**, 32, 42, 54, 61, 64, 71, 72, 81, 92, 96, 99, 101, 103, 104, 110, 112, 114, 115, 121, 122, 127, 132, 134, 137, 140, 143, 146, 150, 151
vải 85, 109
vạn 51, 52
vàng 114, 120
vào 25, 96, **100**, 145; 32, **36**, 85, 107, 111, 112, 115, 134, 143, 146; 53, 71, 74, 82, 84, 87, 91, 103, 122, 124, 130; 54, 56, 61
váy 116
Văn 88
văn 58, 85
văn hóa 146, **149**, 151
Văn Miếu 87
văn nghệ 146, 149
vân vân 111
vấn đề **115**, 127, 150
vẫn **102**, 110, 130, 151
vẫn còn 72, **76**, 113, 145
vận động 125
vâng 18, 19, **20**, **22**, **28**, 42, 88, 121, 129

vất vả 132, **135**, 150, 151
vậy 65, 72, **75**, 150
vậy thì 35, 41
vé 9, 85
vẻ 104, 105
vẻ vang 150, 152
vẽ 83
về 27, 32, **36**, 90, 117; **38**, 56, 75, 91, 111, 126, 127, 143; 129, 146
về hưu 24, **27**, 72
về nước 39, 138
vì 54, **56**, 62, 64, 66, 82, 104, 111, 113, 127
vì ... nên ... 56
vì sao 56
vì thế 151
vì vậy 150, 151
ví 89
vĩ bắc 143
vĩ độ 143
vĩ độ bắc 143
vị trí 143; 150, 151
vỉa hè 71
việc 24, **26**, 107, 150; 54, **55**, 71, 126
viện 87
viện bảo tàng 87
Viện bảo tàng Mỹ thuật 87
viết 68, 82, **83**, 87, 94, 102, 122, 130; 146
viết ... vào ... 84, 87
Việt 44; 63
Việt Minh 119
Việt Nam 22
Việt Nam quang phục hội 148
Việt Nam vong quốc sử 147
vịt 10, 44

voi 47
vong quốc 146, **147**, 150
vong quốc nô 153
vô danh 98
vội 113
vỡ 9, 91
vợ 25, **30**, 104, 107, 150
với 65, 72, **75**; **78**, 110, 112, 135; 98, 140
vũ khí 107
vui 31, 49, 67, 112, **113**
vui mừng 31, 59
vùng 143
vùng biển 143
Vũng Tàu 141
vừa 145
vừa mới 92
vừa ... đã 137
vừa ~ vừa ... 137
vực 150, 151
vườn 99
vườn bách thảo 99
vườn bách thú 99
v.v. 146, 150

x

xa 34, 82, **84**, 92; 126
xã 9
xã hội 150, 151
xách 95
xà-lách 121
xanh 120
xào 68
xấu 59
xấu mặt 145
xây dựng 26, 96, **98**, 150
xe 9, 84, **94**
xe buýt 47, 84
xe đạp 27, 82, **84**
xe lửa 56, 84

xe máy   22
xe ôm   63, 84
xe ô-tô   *21*, 84, 110
xe tắc-xi   84
xe xích-lô   84
xem   24, *25*, 35, 45, 70, 71, 78, 79, 81, 95, 134; 88, 89
xem khinh   150, 152
xentimét   49
xì dầu   118
Xiêm   148
xin   16, 17, 25, 37, 46, 53, 67, 81, 82, *83*, 87, 103, 110, 114, 117, 121, 128; 90, 104, *106*, 107
xin lỗi   82, *83*, 122, 124
xin phép   88, 90
xoài   109
xoáy   143, 144
xong   84, 87, 91, 104, *106*, 121
xổ số   71
xôi   115
xôi gấc   112, *115*, 145
xuân   57
xuất bản   151, 153
xung quanh   101
xuống   61
xúp   47, 121
xúp ba ba   47
xúp lươn   47
xưa   84
xương   108

y

y học   74
ý kiến   65
ý nghĩ   150, 151
yên   6
yêu cầu   93
yếu   *33*, 61, 127, 140

【著者紹介】

細井 佐和子（ほそい さわこ）
1980年　愛知大学大学院修士課程終了
愛知大学国際問題研究所補助研究員を経て
2002年４月より同研究所客員研究員
1987年９月から1989年２月までハノイ留学
1994年10月より朝日カルチャーセンター（名古屋）で，
1996年４月より名古屋ＹＷＣＡ（2004年３月まで）で，
2003年10月より愛知大学オープンカレッジで，ベトナム語講座を担当

ベトナム語を学ぶ

2001年８月10日　第１刷　　2013年６月20日　第３刷発行
著者＝細井佐和子©
発行＝株式会社あるむ
〒460-0012　名古屋市中区千代田3-1-12　第三記念橋ビル
Tel. 052-332-0861　Fax. 052-332-0862
http://www.arm-p.co.jp　E-mail: arm@a.email.ne.jp

印刷＝松西印刷　　製本＝中部製本

ISBN978-4-901095-11-2　C1087